லியோவின்
அதிர்ஷ்டம் தரும் வாஸ்து குறிப்புகள்

ஆசிரியர்

T.V. கிருஷ்ணமூர்த்தி, B.A.,
வெற்றிமாலை ஜோதிடர்

போன்: 9282115840

மாலை 5.30 முதல் 9.00 மணி வரை

லியோ புக் பப்ளிஷர்ஸ்
பழைய எண். 47, புதிய எண். 6, தெற்கு போக் ரோடு,
தி.நகர், சென்னை-17,
தொலைபேசி: 044-24351283

புத்தக விபரம்

புத்தகத் தலைப்பு	:	அதிர்ஷடம் தரும் வாஸ்து குறிப்புகள்
ஆசிரியர்	:	டி.வி.கிருஷ்ணமூர்த்தி, பி.ஏ.,
உரிமை	:	லியோ புக் பப்ளிஷர்ஸ்
பதிப்பு	:	2020
அளவு	:	கிரவுன் 1/8
பக்கங்கள்	:-	120
விலை	:	ரூ.50/-
பதிப்பாசிரியர்	:	திரு. குமரன்
அச்சிட்டோர்	:	பத்மாவதி ஆப்செட், சென்னை-600 032

வெளியிட்டாளர்கள்

காப்புரிமைச் சட்டத்தின் கீழ் இந்நூல் பதிவுப் பெற்றுள்ளது. வெளியிட்டாளரின் எழுத்து மூலமான அனுமதியின்றி இந்நூலை மறு பதிப்புச் செய்யவோ வேறு மொழிகளில் மொழி பெயர்க்கவோ அச்சடிக்கவோ நகல் படி எடுக்கவோ மின்னணு வழியாகவோ பதிப்பிக்கக் கூடாது.

வாழ்க வளமுடன்! வளர்க வையகம்!

முன்னுரை

சாதாரண மக்களும் புரிந்து கொண்டு அன்றாட வாழ்க்கையில் எளிதில் நடை முறைப்படுத்தும்படியான வாஸ்து குறிப்புகள் இப்புத்தகத்தில் இடம் பெற்றுள்ளது. ஒருவருடைய ஜாதகம் ஒருபுறம் பாதிப்பு தருவதாக இருந்தாலும் அவர் குடியிருக்கும் வீடு வாஸ்துபடி அமைந்திருந்தால் அவர் கண்டிப்பாக நல்லநிலைக்கு வருவார் என்பதில் சிறிதும் ஐயமில்லை.

இந்நூல் அனைவருக்கும் பயன் படும் படி எளிய முறையில் விளக்கப் பட்டுள்ளது. இந்நூலை படித்து வாழ்வை அதிஷ்ட முள்ளதாக மாற்றி அமைத்துக் கொள்வோம்.

வாழ்க வளமுடன்!

T.V. கிருஷ்ணமூர்த்தி, B.A.,
"வெற்றி மாலை ஜோதிடர்"

ஸ்ரீ துர்க்கா ஜோதிட நிலையம்

போன்: 92821 15840

நேரம் : மாலை 6.00 முதல் 9.00 மணி வரை

ஜாதகம் எழுத, பெயர் ராசி, திருமண பொருத்தம், வாஸ்து பார்க்க, ஜாதகம் மற்றும் எண் கணிதம் மூலம் உங்கள் எதிர்கால பலன்களைத் துல்லியமாக அறிய சிறந்த இடம்

வெற்றிமாலை ஜோதிடர்

T.V. கிருஷ்ணமூர்த்தி, B.A.,

சனி, ஞாயிறு டிற்றும் அரசு விடுமுறை நாட்களில் மட்டும் தொலைபேசி மூலம் முன் அனுமதி பெற்று வரவும்.

★ ஜோதிட நேர்முகப் பயிற்சி அளிக்கப்படுகிறது
★ இலவச திருமண தகவல் நிலையம் செயல்படுகிறது

பொருளடக்கம்

1. மனை

1. இடம் அல்லது மனை 1
2. மனை வாங்கும்போது கவனிக்க வேண்டுபவை 5
3. மனை கோலுதல் 7
4. தோஷமுள்ள மனைகள் 7
5. ஒழுங்கற்ற மனை 8
6. மனையின் வெட்டப்பட்ட பகுதிகளும் - பலனும் 8
7. வீட்டின் முன்பு இடம் விடுதல் 9
8. மனைகோல கூடாத நாட்கள் 9
9. இடத்தை தேர்ந்தெடுத்தல் 9
10. மனை பூசை செய்யும் காலமும் நேரமும் ... 10
11. மனையின் திசை 10
12. தெருக்குத்து 10
13. மனை கோல உத்தமான நட்சத்திரங்கள் 11

2. திசைகள்

1. கிழக்கே அமைவன 12
2. மேற்கே அமைவன 13
3. வடக்கே அமைவன 14
4. தெற்கே அமைவன 15
5. வடகிழக்கில் அமைவன 15
6. வடமேற்கில் அமைவன 17
7. தென்கிழக்கில் அமைவன 18
8. தென்மேற்கில் அமைவன 19

9. அடித்தளம்	20
10. ராசியும் வீட்டின் வாசலும்	20
11. சாலையின் அமைப்பு	20
12. உச்ச பாகம்	21
13. நீரோட்டம்	21

3. கட்டிடம் கட்டுதல்

1. அஸ்திவாரம்	22
2. கடகால் தோண்டுவதில் உள்ள விதிகள்	22
3. வாஸ்து நேரமும் வேளையும்	28
4. அடிநிலைக் கட்டிடம்	29
5. கட்டிடத்தின் வெட்டப்பட்ட பகுதி	30
6. பக்கத்தை மூடுதல்	30
7. கட்டிடத்தின் உயரம்	31
8. கடைகளுக்கு வாசற்படி	31
9. வீட்டின் அமைப்பு	31
10. பந்தல் (அ) சார்பு	36
11. சிட் அவுட்	36
12. தாழ்வாரம்	37
13. அறை, கூடம், ரேழி ஆகியவற்றிற்கு உகந்த அளவுகள்	37
14. தூண்கள் - உத்திரங்கள்	38
15. வாசற்கால் அமைப்பது	38
16. வீட்டின் உயரம்	39
17. வெளிச்சம்	40
18. ஹால் (அ) கூடம்	40

19. வராண்டா 40
20. வீட்டை முழுவதுமாக மூடுதல் 41
21. வீட்டை சுற்றி இடம் விடுதல் 41
22. அவுட் ஹவுஸ் 41
23. நிழல் விழுதல் 41
24. தூலம் 42
25. வேலி 42
26. சுவற்றில் விரிசல் / பிளவு 42
27. பால்கனி 42
28. முற்றம் 43
29. போர்டிகோ 43
30. கார் நிறுத்தும் இடம் 43
31. அண்ணன், தம்பி ஒரே வீட்டில் இருப்பது . 44
32. வீட்டினுள் திசைகளுக்கு ஏற்ற பலன்......... 44
33. மாட்டுக் கொட்டகை 45
34. படிகட்டுகள் 45
35. ஊரின் திசையறிந்து வீடு கட்டுதல் 47
36. ஜாதியும் - திசையும் 48
37. வசிப்பதற்கு ஏற்ற பகுதி 48

4. அறைகளின் அமைப்பு

1. ஷோகேஸ் 49
2. கைகழுவும் இடம் 49
3. நிர்வாக அலுவலகம் 49
4. படுக்கை அறை 50
5. சமையலறை 53

6. பூஜை அறை	54
7. அறைகளும் - திசைகளும்	56
8. சாப்பாட்டு அறை	57
9. உட்காரும் அறை	57
10. படிப்புக்கு உகந்த திசை	58
11. கதவுகள்	58
12. கதவுகள் இயல்பு	60
13. காவலர் அறை	60
14. ஸ்டோர் ரூம்	60
15. நுழைவாயில்	60
16. மோட்டார் ரூம்	62
17. ஜன்னல்கள்	62
18. வாசற்படி	65
19. கழிவறை	66
20. குளியலறை	66
21. காம்பௌண்டு வால் (சுற்றுச்சுவர்)	68
22. செப்டிக் டேங்க் (மலக்குழி)	68
23. மரங்கள் - TREE	69
24. வீட்டில் வளர்க்கக் கூடாத மரங்கள்	71
25. வீடு கட்ட ஆகாத மரங்கள்	71
26. மரங்கள் வளர்க்க ஏற்ற திசை	71
27. கிணறு / போர்வெல் / குழாய்நீர்	71
28. கிணறு வெட்ட உகந்த கிழமைகள் - விட்டம் - ஆழம்	72
29. கிணறு அமைக்க உகந்த ராசிகள்	72
30. கிணறு அமைக்கும் திசைகளும் பலன்களும்	73

31. நீர் இறைக்கும் மோட்டார்	73
32. கிணறு	73
33. நீர் தொட்டிகள்	74
34. தற்காலிக தண்ணீர் தொட்டி	75
35. மேல்நிலைத் தொட்டி	75
36. மின் சாதனங்கள்	75
37. பொருட்கள்	75
38. செருப்பு	76
39. ஆயுதங்கள்	76
40. பீரோ	76
41. படங்கள்	77
42. மீன் தொட்டி	78
43. குளிர் சாதன பெட்டி	78
44. மிக்ஸி/கிரைண்டர்	78
45. ஹீட்டர்	79
46. தொலைபேசி	79
47. குப்பைத் தொட்டி	79
48. பொன் பொருள் வைக்க	79
49. விளக்கு	79
50. கழிவு நீர்	80
51. வண்ணம் தீட்டுதல்	80
52. கிரஹப்பிரவேசம்	82
53. வாடகை வீட்டில் சுபகாரியங்கள் செய்வது	83
54. வாடகைக்கு விடுவது	83
55. புதுமனை புகும்போது உடன் எடுத்துச் செல்ல வேண்டியவை	83
56. தொழிற்சாலை	84

57. கேன்டீன்	84
58. மூலப் பொருட்கள் கிடங்கு	84

5. சீன வாஸ்து

1. சிரிக்கும் புத்தர்	85
2. மூன்று கால் தவளை	85
3. சீனத்து நாணயங்கள்	86
4. தங்க நாணயக் கப்பல்	86
5. உலோக ஆமை	86
6. அதிஷ்டத்திற்கு டிராகன்	87
7. கரடி படம்	87
8. நறுமணங்கள்	87
9. பிரமீடு	88
10. பாயும் படகு	88
11. சார்ம் கார்டு	88
12. திரிசூலம் ஓம் ஸ்வஸ்திக்	88
13. பாகுவா கண்ணாடி	88
14. கிரிஸ்டல் பால்	89
15. சூரியன்	89
16. லவ் பேர்ட்ஸ்	89
17. ஜோடி வாத்து	89
18. மூங்கில் மரம்	89
19. குதிரை	90
20. கிரிஸ்டல் திராட்சை	90
21. பசு	90
22. நாய் பொம்மை	90

23. குழல் மணிகள்	90
24. மூன்று மணிகள்	91
25. ஐந்து குழல் மணிகள்	91
26. ஆறு குழல் மணிகள்	91
27. ஏழு குழல் மணிகள்	91
28. எட்டு குழல் மணிகள்	92
29. கண்ணாடி	92
30. **Telehone - Fax** தொலைபேசி / பேக்ஸ்	92
31. தண்ணீர்	92
32. உட்காருமிடம்	92
33. ஓம் மணிசத்தம், காயத்ரி மந்திரம்	92
34. செல்லப் பிராணிகள்	93
35. அசையும் பொருட்கள்	93

6. முக்கிய குறிப்புகள் — 93

7. படங்கள்

1. கிரகங்களும் திசைகளும்	103
2. பாகுவா வெட்டுகள்	104
3. வடகிழக்கு நீளுதல்	104
4. பாகுவா வெட்டுகளினால் ஏற்படும் பாதிப்புகள்	105
5. பதவி ஏற்க நல்ல நாள்	106
6. உச்சம் மற்றும் நீசம்	107
7. புனித அடையாள குறிகளை காட்சிக்கு வைத்தல்	108

அதிஷ்டம் தரும் வாஸ்து குறிப்புகள்

1. மனை

1. இடம் அல்லது மனை

1. மனை வாங்குவதானால் வடக்கும், கிழக்கும் பார்த்த திசைகள் உள்ள மனை நன்று.

2. இயலாவிடில் தெற்கு பார்த்த மனை நன்று.

3. இதுவும் இயலாவிடின் மேற்கு பார்த்த மனை நன்று.

4. மேற்கு பார்த்த மனை வாங்கும்போது மனைக்கு எதிரே உயரமான கட்டிடங்கள் (அ) மலைகள் (அ) மதிற்சுவரோ இருப்பின் நல்லது. ஏனெனில் மேற்கு பார்த்த மனையில் பகல் முழுவதும் சூரிய வெப்பம் கிடைப்பதால் இரவில் அனலாக இருக்கும்.

5. மேற்கு பார்த்த மனை அளவில் பெரியதாக இருப்பின் வாங்கலாம்.

6. ஏற்கனவே வீடு வைத்திருப்பவர்கள் தங்கள் வீட்டின் ஒட்டிய மனை வாங்கும்போது தெற்கு, மேற்கு திசையை தவிர்த்து வடக்கு, கிழக்கு, வடகிழக்கு பகுதியில் வாங்கலாம்.

7. பொதுவாக எல்லா பக்கங்களிலும் 90° இருக்கும் படியான சதுரமான (அ) செவ்வகமான மனை வாங்க சிறந்தது.

8. அகலம் குறைந்து நீளமான மனை வாங்கக் கூடாது. (கோவனம் போன்ற மனை)

9. வடமேற்கு, தென்மேற்கு, தென்கிழக்கு மூலைகள் குறைவாகவோ, துருத்தவோ கூடாது.

10. மூலைகள் யாவற்றையும் சரி செய்து கொண்ட பின்பே வீடு கட்ட வேண்டும். அதிகப்படியான இடத்தை புல் வளர்க்கப் பயன்படுத்தலாம்.

11. பலகோண வடிவிலோ, (அ) வட்ட வடிவிலோ மனைகளை வாங்க வேண்டாம். இவ்விதி வீடுகளுக்கு மட்டுமே. விளை நிலங்களுக்கு அல்ல.

12. மனையில் கிழக்கு, வடக்கு பகுதி தாழ்ந்தும் தெற்கு, மேற்கு பகுதி உயர்ந்து இருக்க வேண்டும். அப்போதுதான் திருமகள் அம்மனையில் வாழ்வாள்.

13. மனைகோல வேண்டுமென்று யாரேனும் ஒருவர் விரும்பினால்; சிற்பியை அழைத்துச் செல்லும்

போது அவர் எதிரே அழகான மங்கை வரின் நல்ல சகுனமாகும்.

14. மனையை சுத்தம் செய்த பின்புதான் பூஜை செய்ய வேண்டும்.

15. மாமிசம், பால், நெய், நல்ல தண்ணீர், அழகான புடவைகள், நிறைகுடம், சுமங்கலிகள், யானை, தேர், குதிரை, வெள்ளை நிற பசு, வெள்ளை நிற எருது, வெண்புறாவும் காணின் நினைத்த காரியம் கூடிவரும்.

16. மனைக்கு உரியவரும், சிற்பியும் மனையில் நிற்கும் போது எரும்புகள் இங்கும் அங்கும் பலவாறாக சிதறினும், கரையான் எரும்புகள் பரவி இருப்பினும் வண்டுகள் பூமியை கண்டபடி துளைத்து இருப்பினும் மனை கோல ஆகாது.

17. மூடவன், ஆண்டி, தடியன், கூனன், குருடன் இவர்களை காணின் தீமை உண்டாகும்.

18. கோயில் கோபுரம், கொடிகம்பம், மரம் இவற்றின் நிழல் விழுகின்ற மனை விரும்பத்தக்கதல்ல.

19. ஒழுங்கற்ற மனையை ஒருபோதும் வாங்கக்கூடாது. இம்மனையில் இருப்பவர் பணக்கஷ்டமும், துன்பமும் அடைவர்.

20. மனையின் நீளம் அகலத்தை போல் 3 மடங்குக்கு அதிகமானால் மனையில் வாழ்பவருக்கு வறுமை உண்டாகும்.

21. தென்கிழக்கு மூலை 90° ஆகவோ (அ) சற்று கூடுதலாகவோ இருக்கலாம். குறையக்கூடாது.

22. வடகிழக்கு மூலை 90° ஆகவோ (அ) சற்று குறைவாகவோ இருக்கலாம்.

23. தென்மேற்கு முலை 90° இருக்க வேண்டும். மற்ற மூலைகள் 10° முதல் 15° வரை கூடவோ, குறையவோ செய்யலாம்.

24. தெற்கு மற்றும் மேற்கு பார்த்த வீட்டிற்கு முன்பு அதிக இடம் விடகூடாது. அதேபோல் வடக்கு, கிழக்கு பகுதியில் அதிக இடம் விட்டு கட்ட வேண்டும்.

25. மின் அழுத்தம் மிக்க டவர் மேலே செல்லும் மனையும் விரும்பத்தக்கதல்ல.

26. மனையின் வளர்ச்சி ஈசான்ய திசை (வடகிழக்கு) மட்டுமே அமைய வேண்டும்.

2. மனை வாங்கும்போது கவனிக்க வேண்டுபவை

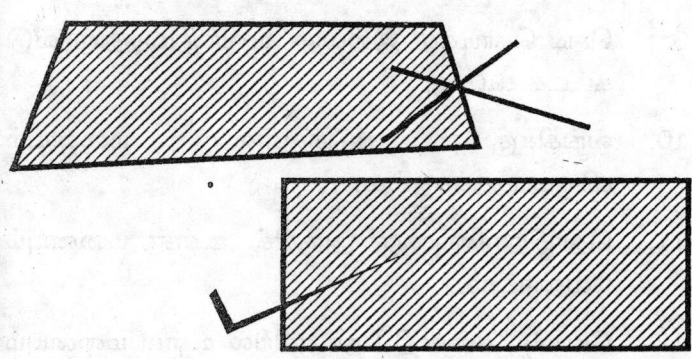

1. நான்கு பக்கங்களும் வெவ்வேறு அளவுள்ளதாக இருக்கக்கூடாது. (செவ்வக வடிவில் அமைக்க வேண்டும்).

2. வடகிழக்கு பகுதி நீண்டு இருக்கலாம்.

3. வடக்கு (அ) வடகிழக்கு பகுதி விரிந்து இருக்க நன்மை உண்டு.

4. வடகிழக்கு பகுதி துருத்துக் கொண்டு இருக்கலாம்.

5. இரு பெரிய மனைகளுக்கு இடையே உள்ள சிறிய மனையை வாங்க வேண்டாம்.

6. சுடுகாடு அருகில் மனை வாங்க வேண்டாம்.

7. மருத்துவமனை அடுத்தும் மனை வாங்க வேண்டாம்.

8. இரயில் நிலையம் அருகில் உள்ள மனையும் வேண்டாம்.

9. செடி கொடிகள் இல்லாத உவர் நிலத்தில் வீடு கட்டக் கூடாது.

10. வங்கிக்கு அடுத்துள்ள மனையும் விரும்பத்தக்கதல்ல.

11. தொழிற்சாலைக்கு அருகில் உள்ள மனையும் வேண்டாம்.

12. கோயில் சன்னதி நேர் எதிரில் உள்ள மனையும் நல்லதல்ல.

13. காவல் நிலையம் அடுத்துள்ள மனையும் வாங்க வேண்டாம்.

14. எப்போதும் ஈரமாக உள்ள மனையும் விரும்பத்தக்கதல்ல.

15. பள்ளிக்கூடத்திற்கு அருகில் உள்ள மனையும் வாங்க வேண்டாம்.

16. புல்பூண்டுகள் முளைக்காத மனையும் உவர்நிலமாகும். இதனையும் வாங்க வேண்டாம்.

17. கரையான் புற்று, பாம்பு புற்று அருகில் உள்ள மனையும் வாங்க வேண்டாம்.

18. மேற்கில் உயர்வு இருப்பது, குடும்பத்தில் உயர்வு உண்டாகும்.

3. மனை கோலுதல்

அக்னி நட்சத்திர காலத்தில் மனை கோலக்கூடாது. அவ்வாறு செய்தால் கர்ம நாசமும், கர்த்தா நாசமும் உண்டாகும். முதன் முதலாக பூசை செய்யும் போது தேங்காய் உடைந்தால் குடுமி உள்ள பாகம் பெரியதாகவும், அடிபாகம் சிறியதாகவும் இருக்கும்படி உடைந்தால் நல்ல சகுனமாகும்.

சித்திரை - வைகாசி - ஆடி - ஆவணி - ஐப்பசி - கார்த்திகை - தை - மாசி இந்த மாதங்களில் மனை முகூர்த்தம் நன்மை தரும்.

4. தோஷமுள்ள மனைகள்

கோயில் சன்னதி தெரியும்படியான மனை, தற்கொலை விபத்து நடந்த இடங்கள், பள்ளமாக உள்ள இடம், உப்பு நிலம், சுடுகாட்டு நிலம் ஆகிய இடங்களில் வீடுகட்டக்கூடாது.

5. ஒழுங்கற்ற மனை

வீடு கட்டும்போது மனை சதுரமாகவோ, செவ்வகமாகவோ இருப்பது நல்லது. கோண வடிவில் அமைவது கூடாது. அவ்வாறு இருப்பின் அந்த இடத்தை சரி செய்து தோட்டமாகவோ புல்வெளியாகவோ பயன்படுத்தலாம்.

6. மனையின் வெட்டப்பட்ட பகுதிகளும் - பலனும்

கிழக்கு	-	நல்லதல்ல
மேற்கு	-	காதல் விளையாட்டு
வடக்கு	-	விபத்து
தெற்கு	-	தீயவர் சேர்க்கை
வடகிழக்கு	-	தீமை
வடமேற்கு	-	சண்டை சச்சரவுகள்
தென்மேற்கு	-	அதிஷ்டம் குறைவு
தென்கிழக்கு	-	பெண்களுக்கு தொல்லை

7. வீட்டின் முன்பு இடம் விடுதல்

வீட்டிற்கு முன்பு தெற்கு அல்லது மேற்கு நோக்கிய மனையில் அதிக இடம் விடக்கூடாது.

8. மனைகோல கூடாத நாட்கள்

ஞாயிற்றுகிழமை - பரணி

திங்கட்கிழமை - சித்திரை

செவ்வாய்கிழமை - உத்திராடம்

புதன் கிழமை - அவிட்டம்

வியாழக்கிழமை - கேட்டை

வெள்ளிக்கிழமை - பூராடம்

சனிக்கிழமை - ரேவதி

மேற்கண்ட கிழமைகளில் குறிப்பிட்ட நட்சத்திரங்கள் வரும் நாட்களில் மனை கோலினால் அந்த மனை பாழாகும்.

9. இடத்தை தேர்ந்தெடுத்தல்

முக்கோண வடிவம், வட்ட வடிவம், நாற்கரம், ஈசான்யம் அறுபட்ட இடம், அக்னி, வாயு ஆகிய திசைகள், வளர்ந்த இடங்கள் பயன்படாது.

10. மனை பூசை செய்யும் காலமும் நேரமும்

வாஸ்து தேவன் விழித்திருக்கும் நாளில், விழித்திருக்கும் வேளையில், நாள், கிழமை, திதி, யோகம், எதுவுமே பார்க்க வேண்டாம்.

11. மனையின் திசை

வடக்கு மற்றும் கிழக்கு நோக்கிய மனை உடல் நலத்தையும், செல்வத்தையும் அமைதியான வாழ்க்கையையும் அளிக்கும்.

தெற்கு, மேற்கு நோக்கியமனைகள் வணிக துறையினருக்கு ஏற்றது.

தெற்கு மற்றும் கிழக்கு நோக்கிய மனை பெண்களுக்கும் அவர்கள் தொடர்பான நிறுவனங்களுக்கும் ஏற்றது.

12. தெருக்குத்து

1. தெரு முடியும் இடத்தில் உள்ள மனையில் முன்னேற்றம் இருக்காது. (முட்டுச்சந்து)

2. மனையின் உச்சபாகத்தில் தெருக்குத்து இருப்பது நன்மை

3. வடகிழக்கு மூலையில் தெருக்குத்து ஏற்படின் குடும்பத்தில் சந்தோஷம் நிலவும்.

4. தென்கிழக்கு மூலையில் தெருக்குத்து ஏற்படின் மிகவும் ஆபத்தான அமைப்பு ஆகும். மனை முழுவதும் தெருக்குத்து இருக்கலாம்.

13. மனை கோல உத்தமான நட்சத்திரங்கள்

மிருகசீரஷம், அஸ்தம், பூசம், சித்திரை, அனுஷம், உத்திரட்டாதி, உத்திராடம், திருவோணம், அவிட்டம், சதயம் ஆகிய 11 நட்சத்திரங்கள் மனை கோல உத்தமானவை.

2. திசைகள்

1. கிழக்கே அமைவன

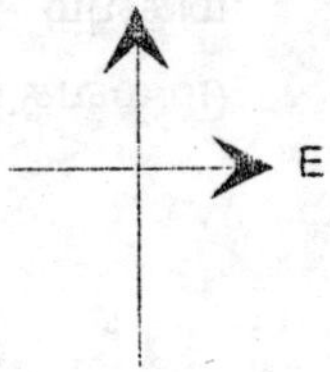

1. போர்டிகோ
2. குளியலறை
3. வாஷ்பேசின் - கண்ணாடி
4. கார் ஷெட்
5. புல்வெளி - பூச்செடிகள் .
6. கேஷ் கவுண்டர்
7. வராண்டா
8. ஜன்னல்
9. வெண்டிலேட்டர்
10. அடிநிலைக் கிடங்குகள்
11. நீரூற்று
12. அருவி
13. கிழக்கே தலைவைத்து படுக்க.
14. காசு வாங்குபவர் கிழக்கு பார்த்து அமருவது.
15. மழைநீர் விழுவதற்கு ஏற்றது.
16. கிழக்கு நோக்கி அமர்ந்து படிப்பது நலம்.
17. ஆராய்ச்சி மற்றும் தரக்கட்டுப்பாட்டு அறை
18. கோழிப் பண்ணை

2. மேற்கே அமைவன

1. கட்டிடப் பொருட்கள் சேமிக்க
2. மேசை / பீரோ / சோபா அமைக்க
3. ஒர்க்ஷாப்
4. படிப்பறை
5. பால்கனி

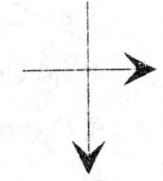

6. குப்பை மேடு
7. குப்பை தொட்டி
8. ஸ்டோர் ரூம்
9. ஷோகேஸ்-ஷெல்ப்
10. மேல்நிலைத் தொட்டி
11. பூசை அறை
12. குழந்தைகள் படம்
13. உறுதியான மரங்கள் வளர்க்க
14. மேற்கு சுவற்றில் சுவாமி படம் மாட்டவும்
15. சுற்றுச்சுவர் உயரமாக அமைக்க
16. லிப்ட்
17. இளம் தம்பதியினருக்கு படுக்கை அறை

3. வடக்கே அமைவன

1. பால்கனி
2. ஷவர்
3. கார்ஷெட்
4. புல்வெளி-பூச்செடிகள்
5. Cash Counter
6. வராண்டா
7. ஜன்னல்-வெண்டிலேட்டர்
8. போர்டிகோ
9. அடிநிலை கிடங்குகள்
10. வாஷ்பேசின்
11. நீரூற்று - அருவி
12. சிறியவர்களுக்கு உரிய பகுதி
13. மழைநீர் விழுவதற்கு
14. கோழிப் பண்ணை
15. ஆராய்ச்சி மற்றும் தரக்கட்டுப்பாட்டு அறை

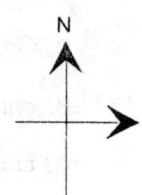

4. தெற்கே அமைவன

1. மாடிப்படி
2. குப்பை மேடு-குப்பைத்தொட்டி
3. ஷோகேஸ் - ஷெல்ப்
4. ஒர்க்ஷாப் - மிஷனரி
5. மேசை/பீரோ/சோபா
6. உறுதியான மரங்கள் வளர்க்க
7. லிப்ட்
8. பெரியவர்கள் இருப்பிடம்
9. திண்ணைகள் அமைக்கலாம்
10. தலைவன் - தலைவி படுக்கை அறை

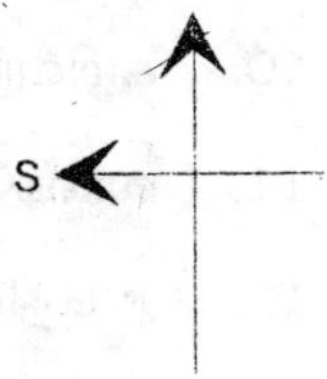

5. வடகிழக்கில் அமைவன

1. கிணறு
2. சிங்க் / சம்ப்
3. ஆழ்துளை கிணறு
4. பூசை அறை
5. பால்கனி
6. போர்டிகோ

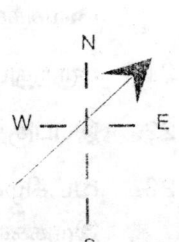

7. நீச்சல் குளம்

8. நீருற்று தொட்டி

9. குடிநீர் கடைகள்

10. கழிவுநீர் வெளியேற

11. வாஷ்பேசின்

12. அடிநிலை கிடங்குகள்

13. மெயின் கேட்

14. திறந்த வெளி

15. புல்வெளி-பூச்செடிகள்

16. வாசற்கால்

17. ஜன்னல்

18. ஷோகேஸ்

19. வாகனங்கள் நிறுத்துமிடம்

20. கட்டிட வேலைக்கு பொருட்கள் ஊற வைக்கலாம்.

21. மருந்துப் பொருட்கள் வைக்கலாம்

22. இப்பகுதி காலியாக இருக்க வேண்டும்.

23. வடகிழக்கில் மனை விரிந்தோ, நீண்டோ இருக்கலாம்.

24. இப்பகுதியில் ஹோட்டல் கட்டினால் நன்றாக வியாபாரம் நடக்கும்.

6. வடமேற்கில் அமைவன

1. அன்றாடம் வரவு, செலவுக்கு உரிய அலமாரி
2. ஷோகேஸ்
   (இத்திசையில் உள்ள பொருட்கள் விரைவில் விற்பனையாகும்.)
3. மாட்டுத்தொழுவம்
   (வடக்கு சுவற்றை தொடாமல்) 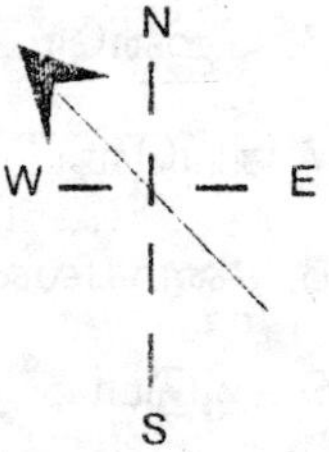
4. குளியலறை
5. கழிவறை
6. அவுட் ஹவுஸ்
7. சமையலறை
8. கார்ஷெட்
9. பூச்செடிகள்
10. முற்றுப் பெற்ற சரக்குகள் வைக்கும் இடம்
11. மேலதிகாரியின் படம்
12. சாண எரிவாயு
13. செப்டிக் டேங்க்

7. தென்கிழக்கில் அமைவன

1. மணல், செங்கல், சிமெண்ட் ஸ்டோர் செய்ய
2. கழிவறை
3. அவுட்ஹவுஸ்
4. காவலர் அறை
5. மின்சார அறை (Power Room)
6. ஜெனரேட்டர் - பம்ப்ஷெட்
7. கார்ஷெட்
8. சமையலறை
9. அடுப்பு, அரைப்பு, காய்கறி வெட்டுதல்
10. குப்பை மேடு
11. எஞ்சின்
12. கொதிகலன்
13. ஏசி இயந்திரம்
14. படிப்பறை
15. குளியலறை (தவிர்க்க இயலாத நிலையில்)
16. படிகட்டு
17. இயற்கை காட்சி படங்கள்
18. செப்டிக் டேங்க் (Septic Tank)
19. சாண எரிவாயு (கோபார் கேஸ்)

8. தென்மேற்கில் அமைவன

1. நிலையாக இருக்க வேண்டிய நகை பணம் முதலியன
2. படிப்பறை
3. மாடிப்படி
4. சமையலறை
5. படுக்கை அறை
6. குளியலறை
7. குப்பைமேடு
8. ஸ்டோர் ரூம்
9. ஷோ கேஸ்
10. கல்லாப்பெட்டி
11. ஒர்க் ஷாப் - மிஷனரி
12. திறந்த வெளியில் Store செய்ய (செங்கல், மணல், etc)
13. மேல்நிலைத்தொட்டி
14. நிர்வாக அலுவலகம்
15. வரவேற்பறை
16. பணப்பெட்டி (cash box)
17. லிப்ட்
18. உறுதியான மரங்கள் வளர்க்கலாம்

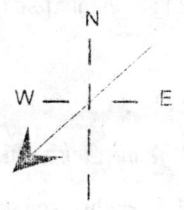

19. தொழிற்சாலைக்கு மூலப்பொருட்கள் சேர்த்து வைக்க ஏற்றது.

20. படங்களை மாட்டலாம்

21. கழிவுகள் மற்றும் பழைய சாமான்கள் அறை

9. அடித்தளம்

1. கார் பார்க்கிங்

2. பணியாளர் ஓய்வறை

3. ஸ்டோர் ரூம்

4. பவர் ரூம்

10. ராசியும் - வீட்டின் வாசலும்

கடகம்	- விருச்சிகம்	- மீனம்	→ கிழக்கு
ரிஷபம்	- கன்னி	- மகரம்	→ தெற்கு
மிதுனம்	- துலாம்	- கும்பம்	→ மேற்கு
மேஷம்	- சிம்மம்	- தனுசு	→ வடக்கு

11. சாலையின் அமைப்பு

1. மனைக்கு இருதிசைகளிலும் சாலைகள் இருக்குமாயின் இருபுறமும் வாசல் விடக்கூடாது.

2. வீட்டின் தரையை விட சாலை உயர்ந்து இருப்பது நல்லதல்ல. வறுமையும், நோயும் உண்டாகும்.

3. வீட்டின் மனை தெருவை விழுங்கக் கூடாது. வறுமையும், நோயும் உண்டாகும்.

4. வீட்டை தாண்டியவுடன் சாலை இருபிரிவாக பிரிவது நல்லது. மனைக்கு வடக்கில் சாலை இருப்பது நல்லதல்ல.

5. மனைக்கு அருகில் மேம்பாலம் இருக்கக் கூடாது. வீட்டின் நான்கு பக்கங்களிலும் சாலை இருப்பது நல்லதல்ல.

12. உச்ச பாகம்

வடக்கு சார்ந்த வடகிழக்கு, கிழக்கு சார்ந்த தென்கிழக்கு, மேற்கு சார்ந்த வடமேற்கு, தெற்கு சார்ந்த தென்மேற்கு, உச்சபாகமாகும். இந்த பாகத்தில் வாசற்கால் மற்றும் ஜன்னல்கள் வைக்க நல்லது.

13. நீரோட்டம்

மனை அல்லது அறையாக இருப்பினும் மேற்கிலிருந்து கிழக்காகவும், தெற்கிலிருந்து மேற்காகவும் நீரோட்டம் அமைய வேண்டும்.

3. கட்டிடம் கட்டுதல்

1. அஸ்திவாரம்

அஸ்திவாரம் அமைக்க கருங்கற்களை பயன் படுத்தலாம். ஆனால் சுவர்களை அமைக்க கருங்கற்களை பயன்படுத்தக் கூடாது. வீட்டின் மனைக்கு அடியில் தோஷம் இருக்கக் கூடும். இதற்காகத்தான் கட்டிடங்கள் கட்ட அஸ்திவாரம் தோண்டப்படுகிறது. அடி.மட்ட தளம் 3½ அடிக்கு குறைவாக இருக்கக் கூடாது.

2. கடகால் தோண்டுவதில் உள்ள விதிகள்

1. வட.கிழக்கில் இருந்து வடமேற்கு நோக்கியும்.

2. வடகிழக்கில் இருந்து தென்கிழக்கு நோக்கியும்.

3. வடமேற்கில் இருந்து தென்மேற்கு நோக்கியும்.

4. தென்கிழக்கில் இருந்து தென்மேற்கு நோக்கியும் வெட்டி வர வேண்டும்.

இதனை கீழ்கண்ட படத்தில் பார்க்கவும்

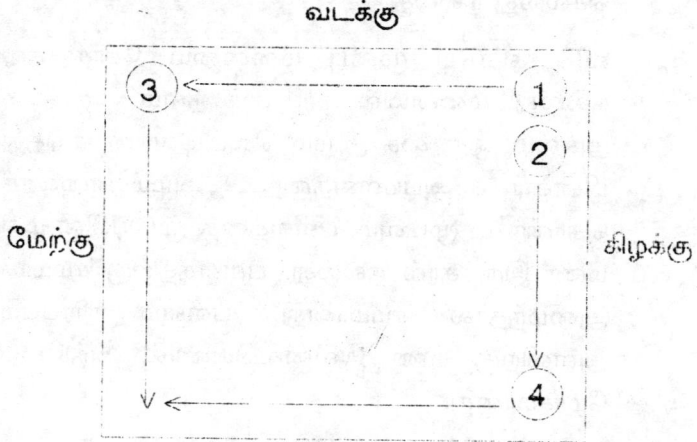

3. வீடு கட்ட சேமித்து வைக்கும் செங்கல், மணல், சிமெண்ட் முதலியவற்றை தெற்கு, மேற்கு(அ) தென்மேற்கு பகுதியில் சேமித்து வைக்கலாம்.

4. வீடு கட்டுவதாயின் முதலில் வடக்கு, கிழக்கு (அ) வடகிழக்கு பகுதியில் உள்ள கிணற்றிலிருந்து நீரை எடுத்து வேலைகளை ஆரம்பிக்கவும்.

5. வைகாசி, ஆவணி, கார்த்திகை, மாசி ஆகிய மாதங்களில் வீடு கட்ட நல்ல பலனை தரும்.

6. வீட்டின் உரிமையாளர் ராசிக்கு 4-ல் குரு வரும் காலமோ (அ) 4-ல் குரு பார்க்கும் காலமோ வரின் வீடு கட்ட நல்லது.

7. வீடு கட்ட போகும் முன்பு சகுனம் பார்த்து செல்வது நல்லது.

8. வீடு கட்டும் முன்பு மனையை சோதித்தல நல்லது. மனையில் ஒரு கை நீளம், ஒரு கை அகலம், ஒரு கை ஆழம் வெட்டி மண் எடுத்து பின்னர் அப்பள்ளத்தை அம்மண்ணைக் கொண்டே மூடவும். பள்ளத்தை மூடியபின் மீதி மண் இருந்தால் நல்லது. பள்ளத்திற்கு சமமாக அமைந்தால் சமமானது. பள்ளம் நிரப்பும் அளவிற்கு மண் இல்லையெனில் அந்நிலம் மோசமானது.

9. மேடு, பள்ளம் உள்ள நிலம் வீடுகட்ட ஆகாது. சமபடுத்திய பின்பே வீடு கட்டவும்.

10. வாஸ்து பூஜை செய்யத் தெரிந்து வேதம் படித்த பெரியோர்களை கொண்டு முறையாக வாஸ்துவை காவல் புரியும் 45 தேவதைகளுக்கும் திருப்தி செய்து கட்டிடம் கட்ட வேண்டும்.

11. ஒரே மனையில் வேறு இல்லம் கட்டுவதாயின் வடக்கிலோ, கிழக்கிலோ கட்டுங்கள்.

12. தெற்கு நோக்கிய மனையில் கிழக்கு நோக்கி வீடு கட்டலாம்.

13. தெற்கு (அ) மேற்கு நோக்கிய வீட்டிற்கு முன்பாக அதிக இடம் தரக் கூடாது.

14. அடுத்த வீட்டின் சுவர் உயரமாக இருப்பின் நம் வீட்டையும் உயர்த்திக் கட்டவும்.

15. அடுத்த வீட்டுக்காரர் மதிற்சுவர் முழுவதும் கட்டி இருப்பின், நாம் அதனை ஒட்டி கட்டிடம் கட்டக் கூடாது. சற்று இடைவெளி விட்டு கட்ட வேண்டும்.

16. வடக்கு வாசல் வைத்து வீடு கட்டுபவர்கள் சித்திரை, வைகாசி மாதங்களில் கட்டுங்கள்.

17. கிழக்கு வாசல் வைத்து கட்டுபவர்கள் ஆடி, ஆவணி மாதங்களில் கட்டுங்கள்.

18. தெற்கு வாசல் வைத்து கட்டுபவர்கள் ஐப்பசி, கார்த்திகை மாதங்களில் கட்டுங்கள்.

19. மேற்கு வாசல் வைத்து கட்டுபவர்கள் தை, மாசி மாதங்களில் கட்டுங்கள்.

20. ஒவ்வொரு ஆண்டும் சித்திரை மாதம் 21 முதல் வைகாசி 14 வரை கத்திரி காலம் ஆகும். இக்காலத்தில் மனை கோல கூடாது. அவ்வாறு செய்தால் கர்த்தா நாசமும், தடங்கலும் ஏற்படும்.

21. மனையில் வீடு கட்டும் முன்பு வடகிழக்கு மூலை பள்ளமாகவும், வடமேற்கு மூலை உயரமாகவும், அதேபோல் தென்கிழக்கு மூலை பள்ளமாகவும், தென்மேற்கு மூலை உயரமாகவும் இருக்க வேண்டும். இவ்விதி வீட்டில் உள்ள அறைகளுக்கும் பொருந்தும்.

22. மருத்துவமனை, பள்ளிக்கூடம், அரசு அலுவலகங்கள், நிர்வாக கட்டிடங்கள் யாவும் ப, ட வடிவில் கட்டலாம். வடக்கு, கிழக்கு பகுதிகள் உயரம் குறைவாக இருக்க வேண்டும்.

23. தென் கிழக்கில் உள்ள மனையை வாங்குவதோ வேறு வழியில் சேர்த்துக் கொள்வதோ கூடாது.

24. தெற்கு, மேற்கு ஆகிய பகுதிகளில் பரண்கள் வைத்து கட்டுவது நல்லது.

25. வீட்டைச் சுற்றியுள்ள காலியிடத்தில் ஈசான்ய மூலையில் எந்த கட்டிடமும் கட்டக் கூடாது. ஈசான்ய மூலை கட்டப்படாமல் காலியாக இருப்பின் குபேரன் போல வாழலாம்.

26. வாஸ்து தோஷம் நம்மை தாக்காமல் இருக்க சுற்றுசுவர் அவசியம். நாய், பன்றி, ஆடு, மாடு போன்றவை வராமல் இருக்கவும் சுற்றுசுவர் அவசியம். சுற்றுசுவர் பிரதான வாசற்காலின் 3-ல் 2 பங்கிற்கு குறையாமல் இருக்க வேண்டும்.

27. வாஸ்து தேவனின் செயல்பாடுகள் வாஸ்து தேவன் கண்விழிக்கும் நேரமாகிய 90 நிமிடங்கள் 3¾ நாழிகை 5 விதமான செயல்களில் ஈடுபடுகிறார்.

   1. பல் துலக்குதல் - 18 நிமிடம்.
   2. நீராடல் - 18 நிமிடம்

லியோவின் அதிஷ்டம் தரும் வாஸ்து குறிப்புகள்

3. இறைவழிபாடு - 18 நிமிடம்
4. போஜன வேளை - 18 நிமிடம்
5. தாம்பூலம் தரித்தல் - 18 நிமிடம்

வாஸ்து தேவனின் போஜன வேளையின் போதும் தாம்பூலம் தரிக்கும் போதும் வாஸ்து பூஜை செய்வது நலம்.

மண்வெட்டி சகுனம் :

மனை அடி கோல எடுத்து வந்த மண்வெட்டி மண்ணை வெட்டும்போது முன்பக்கம் முறிந்தால் அந்த மனையில் அப்போது வீடுகட்டத் தொடங்கி வசிப்பவர் உயிருக்கு ஆபத்து ஏற்படும்.

மண்வெட்டியின் பிடியான காம்பு கழன்று கழன்று விழுந்தால் மனையில் உரிமையாளருக்குத் துன்பமும் துயரமும் சூழும்.

மலரிட்டு சோதித்தல் :

குழி தோண்டி பிறகு செய்யும் பூஜைகள் முடிந்த பின்பு மூன்று (அ) ஐந்து பெண்கள் (மணமாகி கணவனுடன் வசிக்கும் பெண்கள்) செம்புகளில் நீர் கொண்டு வடக்கு நோக்கி நின்று தண்ணீரை குழியில் ஊற்றி வாசமுள்ள ஒரு மலரை அதில் போட்டுவிட்டு திரும்பி பாராமல் போய்விட வேண்டும்.

கிழக்கிலிருந்து வடக்கே மலர் நகர்ந்து மேற்கு தெற்காக சுற்றி வந்தால், அம்மனையில் வாழ்பவர்

சொல்லொனா துன்பம் அடைவர். மாறாக கிழக்கிலிருந்து தெற்கே மலர் நகர்ந்து மேற்கு வடக்காக சென்றால், அம்மனையில் வாழ்பவர் சிறப்பாக, சுகபோகத்துடன் வாழ்வார்.

மலர் வலமாக வந்து வடகிழக்கில் நின்றால் வீடு கட்டி வாழ்பவர் எல்லா செல்வங்களும் பெற்று நீண்ட ஆயுளுடன் வாழ்வர். தென்கிழக்கில் நின்றால் மனைவி அகால மரணம் அடைவாள். தெற்கில் நின்றால் கவலையும் பயமும் இருந்து வரும். தென்மேற்கில் நின்றால் பொன்னும், மணியும் செல்வமும் பெருகும். மேற்கே நின்றால் கொடிய நோயும் மரணமும் ஏற்படும். அம்மனையில் அப்போது வீடுகட்டாமல் தள்ளி வைக்கவும்.

3. வாஸ்து நேரமும் வேளையும்

மாதம்	தேதி	நேரம்
சித்திரை	10	காலை 8.45 முதல் 9.30 வரை
வைகாசி	21	காலை 10.06 முதல் 10.42 வரை
ஆடி	11	காலை 7.42 முதல் 8.18 வரை
ஆவணி	6	மாலை 3.18 முதல் 8.18 வரை
ஐப்பசி	11	காலை 7.42 முதல் 8.18 வரை
கார்த்திகை	8	காலை 10.54 முதல் 11.30 வரை
தை	12	காலை 10.06 முதல் 10.42 வரை
மாசி	20	காலை 10.06 முதல் 10.42 வரை

இந்த நாட்களில் நேரம், திதி, நட்சத்திரம், யோகம், எதையும் பொருட்படுத்தாமல் மனை பூஜை செய்யலாம்.

நிலத்தை தோண்டும் போது கிடைக்கும் பொருட்களும் அதன் பலன்களும்.

கருங்கல் - அதிக சொத்து சேர்த்தல்

செங்கல் - எதிர்காலம் பிரகாசம்

செம்பு, இரும்பு - பிரகாசமான வாழ்வு

கரித்துண்டு - நோய்நொடி, சொத்து இடிப்பு

பாம்பு - கட்டிடம் கட்டுவதில் தாமதம்

எலும்பு - சொத்து இழப்பு

கரையான் புற்று - வாழ்நாள் குறைவு

காய்ந்த புல், ஓடு - துன்பம் உண்டாகும்

மரத்துண்டு - மனையில் வீடுகட்டுவதை தவிர்க்கவும்

மாட்டுக்கொம்பு - சொத்து சுகங்கள்

தங்கம், வெள்ளி - வளங்கள்

துணிகள் - நன்மைகள் குறைவு

பித்தளை, துத்தநாகம் - எல்லாவிதமான சுகங்களும் உண்டாகும்.

4. அடிநிலைக் கட்டிடம்

1. உணவு விடுதி, தங்கும் விடுதி இவற்றின் கீழ்தளத்தில் உணவு உண்ணும் இடம் அமைய வேண்டும்.

2. அடிநிலையில் உள்ள கட்டிடங்கள் வியாபாரத் திற்கு உகந்ததல்ல.

5. கட்டிடத்தின் வெட்டப்பட்ட பகுதி

கட்டிடத்தின் எந்த பகுதியும் வெட்டப்படக் கூடாது. வடகிழக்கு பகுதி மட்டும் வளர்ந்து இருக்கலாம்.

6. பக்கத்தை மூடுதல்

மதிற்சுவற்றை ஒட்டி கட்டிடம் முழுவதுமாக கட்டி இருப்பின் பக்கத்தை மூடுதல் என்று பெயர்.

கிழக்கு பகுதி - ஆண்களுக்கு பிரச்சனை தரும்

தெற்கு பகுதி - பெண்களுக்கு நற்பலன்

மேற்கு பகுதி - ஆண்களுக்கு நற்பலன்

வடக்கு பகுதி - பொருளாதார பாதிப்பு

தென்கிழக்கு - செல்வம் அழியும்

வடகிழக்கு - வம்சவிருத்தி பாதிக்கும்

வடமேற்கு - வாழ்க்கையை ஸ்தம்பிக்க செய்யும்

தென் மேற்கு - நற்பலன் உண்டு

7. கட்டிடத்தின் உயரம்

வடக்கு - கிழக்கு பகுதி உயரம் குறைவாக இருத்தல் வேண்டும்.

தெற்கு - மேற்கு பகுதி உயரம் அதிகமாக இருத்தல் கூடாது.

8. கடைகளுக்கு வாசற்படி

கடைகளுக்கு நேர் எதிர்திசை தவிர பிற இரு திசைகளிலும் வாசற்படி வைக்கலாம்.

9. வீட்டின் அமைப்பு

1. வீட்டின் நீலம், அகலம் குறைவாக இருப்பின் தலைவன் தலைவி ஆயுள் குறையும்.
2. வீட்டில் சார்பு வைத்து கட்டுவதாயின் இரண்டு (அ) நான்கு பக்கமும் வைத்து கட்டவும்.
3. தெற்கு, மேற்கு ஆகிய திசைகளில் உள்ள சுவர்கள் உயரமாகவும், கிழக்கு, வடக்கு ஆகிய திசைகளில் உள்ள சுவர்கள் உயரம் குறைவாகவும் இருக்க வேண்டும்.
4. வீட்டின் அருகில் கசாப்புக் கடை இருக்கக் கூடாது.

5. வீட்டின் எல்லைக்குள் கழுகு, கோட்டான் வரக் கூடாது.

6. மழைநீர் நமது வீட்டிலேயே விழ வேண்டும். அடுத்த வீட்டின் மழைநீர் நமது மனைக்கு வரக் கூடாது.

6.a வீட்டின் அருகில் தர்ம சத்திரமோ (அ) சன்யாசி மடமோ இருப்பது நல்லதல்ல.

7. தென் மேற்கு, தென் கிழக்கு ஆகிய திசைகளில் நீர்நிலை இருக்கக் கூடாது.

8. காகம், வௌவால் போன்றவை நமது வீட்டு வாயிலில் வாசம் செய்யக் கூடாது.

9. எட்டு திசைகளிலும் அமையக் கூடிய அறைகள் சாஸ்திர முறைப்படி அமைய வேண்டும்.

10. புதியதாக கட்டும் இல்லத்தில் பழைய கதவை பயன்படுத்தக் கூடாது.

11. நெருப்பினால் பாதிக்கப்பட்ட மரத்தைக் கொண்டு வீடு கட்டக் கூடாது.

12. மனையின் நீளம் அம்மனையின் அகலத்தைப் போல் 3 மடங்குக்கு மேல் இருக்கக் கூடாது.

13. சுவர் முழுவதையும் கட்டாமல் அறைகுறையாக இருக்கக் கூடாது.

14. வீட்டை விரிவாக்க விரும்பினால் நாற்புறமும் விரிவு படுத்த வேண்டும்.

15. குடும்ப தலைவன் தென்மேற்கில் இருப்பது வாழ்வில் உயர வழி வகுக்கும்.

16. ஒரு வீட்டை இரு பிரிவாக பிரிக்க கூடாது. அவ்வாறு பிரிக்க நேரிடின் கிழக்கு (அ) வடக்கில் இருப்போர் உயர்நிலை அடைவர்.

17. எந்த அறையிலும் வடகிழக்கு பகுதி சுத்தமாக இருக்க வேண்டும்.

18. ஒரு வீட்டை கட்டுவதற்கு முன்பு அரசு, வேம்பு, பலா முதலியன மரங்கள் தடையாக இருப்பின் அவற்றை 6 மாதங்களுக்கு முன்பு நீக்கிட வேண்டும்.

19. மேற்கில் வெற்றிடம் இருக்கக் கூடாது.

20. வீட்டை வட்ட வடிவில் கட்டக் கூடாது.

21. வீட்டில் தெற்கு, மேற்கு பகுதியில் உள்ள அறைகள் பரப்பளவில் மிகுந்தும் வடக்கு மற்றும் கிழக்கில் உள்ள அறைகள் பரப்பில் குறைந்தும் இருக்க வேண்டும்.

22. வீட்டில் பளுவான பொருட்களை தெற்கு, மேற்கு பகுதியில் போட்டு வைக்கவும்.

23. பொதுவாக கிழக்கு திசையில் உள்ளோர் நன்கு வாழ்வார்.

24. கிழக்கு வாசல் கொண்ட இல்லத்தில் மேற்கு, தெற்கு பகுதிகளில் வெற்றிடத்தை குறைத்தும்

உயரமாகவும் வீடு கட்டினால் நன்மை உண்டாகும்.

25. கிழக்கு மற்றும் வடக்கு பகுதியில் வீட்டை உயர்த்திக் கட்டக் கூடாது.

26. நம்முடைய மனைக்கு வடக்கிலும் கிழக்கிலும் வாய்க்கால்களோ, ஆறுகளோ இருப்பின் நல்லது. அதுவே தெற்கிலும் மேற்கிலும் இருப்பின் அம்மனையை தவிர்த்திடுங்கள்.

27. மலைகளும், குன்றுகளும் வடக்கு பகுதியில் அல்லாமல் தெற்கு (அ) மேற்கு பகுதியில் இருப்பது நல்லது.

28. வடக்கில் அதிக இடமும் தெற்கில் குறைந்த இடமும் விட்டு வீடு கட்ட வேண்டும்.

29. கிழக்கில் அதிக இடைவெளியும், மேற்கில் குறைந்த இடைவெளி விட்டும் கட்ட வேண்டும்.

30. வீட்டைச் சுற்றி நாற்புறமும் இடைவெளி விட்டு கட்டவும்.

31. திறந்த வெளிகள் தெற்கு, மேற்கில் இருக்கக் கூடாது.

32. மேற்கு பார்த்த மனையில் கிழக்கு பகுதி முழுவதும் வீடுகட்டிக் கொண்டு மேற்கில் காலி இடம் இருப்பின் அவ்வீட்டில் உள்ள குடும்பத்

தலைவனுக்கு திடீர் விபத்து, பழக்கமில்லாத தொழிலில் ஈடுபட்டு நஷ்டமடைதல் ஏற்படும்.

33. குளம், குட்டை, கிணறு, பள்ளம், வடிகால் போன்றவை தெற்கு, மேற்கு, தென்மேற்கில் இருப்பின் தீது விளையும்.

34. மேற்கு பகுதியில் நீர் சேமித்து வைக்கும் தொட்டி வைத்திருந்தால் குடும்பத்தில் நிம்மதி இராது. பலகேடுகள் உண்டாகும்.

35. மேற்கு பகுதியில் பரந்த வெற்றிடம் இருந்தால் தனநாசமும், பல துன்பங்களும் உண்டாகும்.

36. தென்கிழக்கு பகுதியில் ஏரி குளம் இருப்பது நல்லதல்ல இதனால் அக்னிபயம், தனநாசம் உண்டாகும்.

37. தென்கிழக்கு பகுதி மேடாக இருந்து அதில் உயர்ந்த கட்டிடங்கள் இருப்பின் செல்வ விருத்தியும், குடும்ப சௌக்கியமும் ஏற்படும்.

38. ஏரி, குளம், குட்டை அருகில் வாழக்கூடாது.

39. வீட்டின் அருகில் ஆறு ஓடினால் அதிர்ஷ்டத்தை யும் செல்வத்தையும் தரும்.

40. தென்மேற்கு பகுதி பள்ளமாக இருந்தால் உடல் நலம் குறைந்து போகும். செல்வம் குறையும்.

41. மேற்கு பகுதி பள்ளமாக இருப்பின் செல்வம் குறைந்து மனக் கவலை உண்டாகும்.

42. வடகிழக்கில் உயரமான கட்டிடங்கள் இருப்பின் நமது வீட்டின் செல்வ செழிப்பை பாதிக்கும்.

10. பந்தல் (அ) சார்பு

கிழக்கு வாசல் கொண்ட இல்லத்தில் முன்பக்க தெருவை ஒட்டி பந்தல் (அ) சார்பு அமைக்கக்கூடாது.

சார்பு இறக்குவது

வடக்கு, கிழக்கு திசைகளில் சார்பு அமைக்கலாம். மேற்கு, தெற்கு திசைகளில் சார்பு அமைக்கக் கூடாது.

11. சிட் அவுட்

பால்கனியிலிருந்து படிகள் மூலம் இறங்கி போர்டிகோவின் மேல் தளத்தில் பொழுது போக்காக உரையாட உரிய ஏற்பாடே சிட் அவுட் ஆகும். போர்டிகோவின் மேல் தளமே சிட் அவுட்டின் தரைப்பகுதியாகும். சிட் அவுட் சுற்றிலும் இடுப்பு உயரத்திற்கு அடைப்பு தேவை.

12. தாழ்வாரம்

1. வீட்டின் நான்கு பக்கங்களிலும் எதிரெதிராக தாழ்வாரம் அமைக்கலாம். தாழ்வாரம் மூன்று பக்கங்களில் அமைக்கக் கூடாது. இரண்டு பக்கங்களில் அமைக்கலாம். தாழ்வாரம் குறைந்த பட்சம் 5½ அடி அகலம் இருக்க வேண்டும்.

2. தாழ்வாரத்தில் ரூம் கட்ட விரும்பினால் கீழ்கண்ட முறையில் பின்பற்றலாம்.

   கிழக்கு தாழ்வாரம் - தென்கிழக்கில் அமைக்கலாம்

   மேற்கு தாழ்வாரம் - தென்மேற்கு மூலையில் அமைக்கலாம்

   வடக்கு தாழ்வாரம் - வடமேற்கில் அமைக்கலாம்

   தெற்கு தாழ்வாரம் - தென்மேற்கில் அமைக்கலாம்

3. தாழ்வாரம் இணைத்து கட்டப்பட வேண்டுமாயின் கண்டிப்பாக கிழக்கு திசை சேர்க்கப்பட வேண்டும். தனித்தனியாக தெற்கு (அ) மேற்கில் அமைக்கக் கூடாது.

13. அறை, கூடம், ரேழி ஆகியவற்றிற்கு உகந்த அளவுகள்

6 - 8 - 10 - 11 - 16 - 17 - 20 - 21 - 26 - 27 - 28 - 29 - 31 - 32 - 35 - 36 - 37 - 41 - 42 - 43 - 45 - 52 - 60.

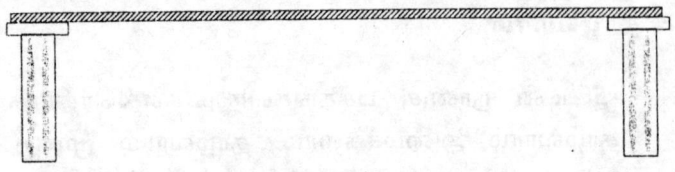

14. தூண்கள் - உத்திரங்கள்

வீட்டில் அமைக்கப்படும் தூண்கள், உத்திரங்கள் யாவும் ஒற்றைபடையில் இருக்கக் கூடாது. இரட்டை படையாக இருக்க வேண்டும். போர்டிகோ அமைப்பதாயின் இருதூண்கள் அமைக்கவும். வீடு கட்டும் போது அஸ்திவார தூண்கள் இரட்டைபடையில் அமைய வேண்டும். 10-20 என்று பூஜ்ஜியத்தில் முடியும் எண்ணிக்கை கூடாது.

15. வாசற்கால் அமைப்பது

வாசற்கால் கருங்கல்லால் கட்டக்கூடாது. கோயில் மடங்களுக்கு மட்டும் இது பொருந்தும். வீட்டில் வாசற்கால் வைக்கும் போது நான்கு திசைகளிலும் வாசல் வைத்து கட்டுவது நற்பலன் தரும். பொருளாதார நிலையில் நல்ல முன்னேற்றம் உண்டாகும்.

வடக்கு திசையில் வாசல் இல்லாமல் மற்ற திசைகளில் வாசல் விடுவது அரசு வழியில் அனுகூலமற்ற பலன்கள் உண்டாகும். மேற்கு பகுதியில் வாசல் இல்லாம்ல மற்ற மூன்று பக்கங்களும் வாசல் வைப்பது இறைவன் அருளால் முன்னேற்றமும், செல்வ சேர்க்கையும் உண்டாகும். தலைவாசலில் வாசற்காலில் கண்டிப்பாக குறுக்குச் சட்டம் அமைக்க வேண்டும்.

தெற்கு, மேற்கு ஆகிய இருபுறமும் தெருக்கள் இருந்தால், ஏதாவது ஒன்றில் மட்டும் வாசற்கால் வைக்கவும். இருபுறமும் வாசல் இருக்கக் கூடாது.

கிழக்கு பகுதியில் வாசல் இல்லாமல் மற்ற மூன்று திசைகளில் வாசல் விடுவது கால்நடை விருத்தி உண்டாகும்.

தெற்கு பகுதியில் வாசல் இல்லாமல் மற்ற மூன்று திசைகளிலும் வாசல் அமைப்பது செல்வ சேர்க்கை உண்டாகும். வெவ்வேறு வீடுகளின் நேர் எதிரில் நம் வீட்டு வாசல் அமையக் கூடாது.

16. வீட்டின் உயரம்

1. அடுத்த வீட்டின் சுவர் உயரமாக இருப்பின் நம் வீட்டு சுவரையும் உயர்த்த வேண்டும்.

2. வீட்டின் கிழக்கு, வடக்கு பகுதி பள்ளமாகவும், தெற்கு மேற்கு பகுதி உயர்ந்தும் இருக்க வேண்டும்.

17. வெளிச்சம்

1. வரவேற்பறையில் நல்ல வெளிச்சம் இருக்க வேண்டும்.
2. படுக்கை அறையில் அதிக வெளிச்சம் இருக்கக் கூடாது.
3. சமையல் அறையில் போதிய வெளிச்சம் இருக்க வேண்டும்.
4. சர விளக்குகளை ஹாலில் மாட்டவும். இவை எரியும் போது நல்ல பலன் தரும்.

18. ஹால் (அ) கூடம்

கூடத்தில் அதிகமாக பொருட்களை வைக்கக் கூடாது. வீட்டின் நடுப்பகுதியான கூடம் 4 கஜ அளவு நீண்டு இருக்க வேண்டும். குறைவது நல்லதல்ல.

19. வராண்டா

வடக்கு, தெற்கு குறைந்தும் கிழக்கு, மேற்கு நீண்டும் இருக்கும்படி வராண்டா அமைக்கவும். வராண்டா குறைந்த பட்சம் 5½ அடி இருப்பது நல்லது. வடக்கு (அ) கிழக்கு பகுதியில் மட்டும் அமைக்கவும்.

20. வீட்டை முழுவதுமாக மூடுதல்

வீட்டை முழுவதுமாக மூடி அடைக்க வேண்டுமாயின் தெற்கு, மேற்கு பகுதியை முழுவதுமாக மூடி கட்டிடம் கட்டலாம்.

21. வீட்டை சுற்றி இடம் விடுதல்

தெற்கிலும், மேற்கிலும் குறைந்த அளவு இடைவெளி விட்டு கட்டவும்.

22. அவுட் ஹவுஸ்

தென்கிழக்கு பகுதி அவுட்ஹவுஸ் கட்ட நல்லது.

23. நிழல் விழுதல்

வீட்டின் மீது எப்போதும் நிழல் விழக்கூடாது. குறைந்தது 3 மணி நேரமாவது சூரிய ஒளி பட வேண்டும். சூரிய உதயம் ஆன பின்பு தொடர்ந்து 3 மணி நேரம் மரத்தின் நிழல் வீட்டின் மீது விழக்கூடாது. கோயில் கோபுரத்தின் நிழல் எப்பொழுதும் நம் வீட்டின் மீது விழக்கூடாது.

24. தூலம்

மோடு எனப்படும் இரு கூரைகள் ஒன்று சேருமிடம் தூலம் அமைப்பர். தூலத்தின் கீழ் படுக்கை அமைக்க வேண்டாம், உட்கார வேண்டாம்.

25. வேலி

வீட்டை சுற்றி வேலி அமைப்பதாயின் முள்வேலி அமைக்க வேண்டாம். அது திடீரென ஏற்படும் நஷ்டங்களையும் செல்வக் குறைகளையும் ஏற்படுத்தும்.

26. சுவற்றில் விரிசல் / பிளவு

சுவற்றில் விரிசலோ, பிளவோ இருப்பின் அதனை உடனடியாக அடைத்து விடவும், இல்லையெனில் குடும்பத்தில் கஷ்டம் வரும்.

27. பால்கனி

வடக்கு (அ) கிழக்கு நோக்கி அமைய வேண்டும்.

28. முற்றம்

கிழக்கு, மேற்கு நீண்டு ; வடக்கு, தெற்கு குறைந்து இருக்க வேண்டும்.

29. போர்டிகோ

கிழக்கு திசை நோக்கி போர்டிகோ இருக்க வேண்டும். வடக்கு, வடகிழக்கிலும் அமையலாம். மேற்கு பார்த்த போர்டிகோ எனில் போர்டிகோவை சற்று மேல்நோக்கி இருக்குமாறு அமைத்து கொள்ளலாம்.

30. கார் நிறுத்தும் இடம்

1. வடக்கு சுவற்றை ஒட்டி தொடாதவாறு வடமேற்கில் அமைக்கலாம் (அ) கிழக்கு சுவற்ரை தொடாதவாறு தென் கிழக்கு மூலையில் அமைக்கலாம்.
2. தென்மேற்கு மூலையில் வாகனம் நிறுத்துமிடம் கட்டலாம். பிரதான கட்டிடத்தை ஒட்டாமல் அமைக்கலாம்.
3. காம்பௌண்டு சுவற்றை ஒட்டாமலும் ஈசான்ய மூலை தவிர்த்து எந்த திசையிலும் அமைக்கலாம்.

31. அண்ணன், தம்பி ஒரே வீட்டில் இருப்பது

ஒரே வீட்டில் அண்ணன் - தம்பி இருப்பின் மூத்தவர்கள் மேற்கு புறமும் இளையவர்கள் கிழக்கு பகுதியிலும் இருக்க வேண்டும. அண்ணன், தம்பி ஒரே மனையில் வீடு கட்டும் போது எதிரெதிராக அமைத்துக் கொள்ளக் கூடாது.

32. வீட்டினுள் திசைகளுக்கு ஏற்ற பலன்

1. கிழக்கு (இந்திரன்) ஆண்களுக்கு உரிய இடம்.
2. மேற்கு (வருணன்) புகழ், செல்வம், வம்ச வளர்ச்சி, வாழ்வில் முன்னேற்றம், தானிய சேமிப்பு ஆகியவற்றிற்கு ஏற்ற இடம்.
3. வடமேற்கு (வாயு) - வியாபார முன்னேற்றம், திருமண வாழ்க்கை, பொருளாதார நிலை.
4. வடக்கு (குபேரன்) - செல்வ செழிப்பு, ஆரோக்கியம், கல்வி போன்றவற்றை கட்டுப்படுத்தும் நோய் நொடிகள் உண்டாகும்.
5. தெற்கு (எமன்) - வாழ்வு, இறப்பு ஆகியவற்றைக் கட்டுப்படுத்தும். செல்வம், சுகம், ஆரோக்கியம் இவற்றின் இருப்பிடம். பெண்களின் நோய்கள் மற்றும் விபத்தை கட்டுப்படுத்தும்.
6. தென்கிழக்கு (அக்னி) - திருமண உறவு - பிரிவினைக்கு காரணமாகும்.

7. வடகிழக்கு (ஈசான்யம்) - குழந்தைகளின் படிப்பு

8. தென்மேற்கு (நிருதி) - இங்கு வசிப்பவரின் குணம் மற்றும் நடத்தை மற்றும் ஆயுள் குறையும்.

33. மாட்டுக் கொட்டகை

வடமேற்கு பகுதியில் வடக்கு சுவற்றை தொடாமல் மாட்டுக் கொட்டகை கட்டவும். இதனால் கால்நடைகள் பெருகும், செல்வம் கொழிக்கும். தொழுவம் சற்று தரை மட்டத்தைவிட உயர்ந்து இருக்க வேண்டும்.

34. படிகட்டுகள்

1. படிகட்டுகள் எப்போதும் சுத்தமானதாகவும், வெளிச்சமாகவும் இருக்க வேண்டும். படிகள் யாவும் ஒரே அளவுள்ளதாக இருக்க வேண்டும்.

2. படிகட்டுகள் குறைந்த பட்சம் 6" - 10" இருக்க வேண்டும். படிக்கட்டுகள் ஒற்றை (அ) இரட்டை என்ற எண்ணிக்கையில் தேவையில்லை. படிகட்டுகள் யாவும் மடிப்பு திருப்பம் உள்ளவையாக இருக்க வேண்டும். அடுக்குமாடி கட்டுவதாயின் தெற்கு (அ) மேற்கில் அடுக்கிக் கொண்டு போகலாம்.

3. ஏணிப்படி போல படிகட்டுகள் செங்குத்தாக அமைவது கூடாது. படிகளின் மத்தியில் சமதளப் பகுதி அமைத்து மீண்டும் உயர செல்லலாம். படிகள் திரும்பு போது வலதுபுறம் திரும்புவதாக அமைய வேண்டும். படிகள் தெற்கு (அ) மேற்கு உயர்ந்து வடக்கு, கிழக்கு தாழ்ந்து இருக்க வேண்டும். வடக்கு (அ) வடகிழக்கு பகுதியில் படிகட்டுகள் அமைக்கக் கூடாது.

4. வீட்டினுள் மாடிப்படி அமைப்பதாயின் தெற்கு தென்கிழக்கு, தென்மேற்கு சிறந்தது. மாடிப்படிகள் கிழக்கிலிருந்து மேற்கும், வடக்கிலிருந்து தெற்கும் ஏறுமுகமாக அமைய வேண்டும்.

5. வீட்டிற்குள் மாடிப்படி கட்டுவதாயின் வடகிழக்கு பகுதியை விட்டு ஏனைய பகுதிகளில் கட்டலாம். மாடிப்படி வடக்கிலும் கிழக்கிலும் கட்ட வேண்டிய நிலை ஏற்பட்டால் சிறிது இடம் விட்டே கட்ட வேண்டும்.

6. தெற்கு, மேற்கு, தென்மேற்கு திசையில் மாடிப்படி கட்டும் போது காம்பௌண்டு சுவற்றை தொட்டுக் கொண்டு (அ) வீட்டு சுவற்றை தொட்டுக் கொண்டு செல்லலாம். மாடிப்படி திருப்பம் கடிகார முள் போன்று சுழற்சியாக அமைக்கவும். மாடிக்குச் செல்லும் படிகளுக்கு நடுவே துவாரங்கள் இருக்கக் கூடாது.

35. ஊரின் திசையறிந்து வீடு கட்டுதல்

மேஷராசி	-	ஊரின் வடக்கு பகுதியில் கூடாது மற்ற திசைகளில் வீடு அமைக்க உத்தமம்.
ரிஷபராசி	-	ஊரின் மத்தியப்பகுதி ஆகாது.
மிதுனராசி	-	ஊரின் மத்தியப்பகுதி ஆகாது.
கடகராசி	-	தெற்கு பகுதி ஆகாது.
சிம்மராசி	-	மத்தியப் பகுதி ஆகாது.
கன்னிராசி	-	தென்மேற்கு ஆகாது.
துலாராசி	-	வடமேற்கு ஆகாது.
விருச்சிகராசி	-	கிழக்கு பகுதி ஆகாது.
தனுசுராசி	-	மேற்கே ஆகாது.
மகரராசி	-	மத்தியப்பகுதி ஆகாது.
கும்பராசி	-	வடகிழக்கு அனுகூலம் இல்லை.

36. ஜாதியும் - திசையும்

பிராமணருக்கு - தெற்கு

மன்னர்க்கு - மேற்கு

வணிகருக்கு - வடக்கு

சூத்திரருக்கு - கிழக்கு

குடியிருக்க லட்சுமிகரம் பொருந்தி வாழ்வர்.

37. வசிப்பதற்கு ஏற்ற பகுதி

பெரியவர்களுக்கும், தாய்தந்தையர்களுக்கும், மூத்தவர்களுக்கும், குருமார்களுக்கும், தெற்கு, மேற்கில் நாம் இருக்கக் கூடாது.

4. அறைகளின் அமைப்பு

வடக்கிலும், கிழக்கிலும் உள்ள அறைகள் சிறியதாக இருக்க வேண்டும். தெற்கு, மேற்கு ஆகிய திசைகளில் உள்ள அறைகள் பரப்பில் அதிகரித்து இருக்க வேண்டும். அறைகளின் அமைப்பு 10 x 8 க்கு 9 x 8 அளவில் அமைந்திருக்குமாயின் நிலைக் கண்ணாடியை பதித்து அறையின் அளவை மாற்றி அமைத்துக் கொள்ள வேண்டும்.

1. ஷோகேஸ்

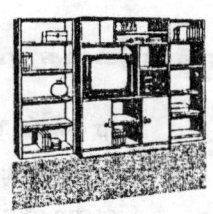

வடகிழக்கு தவிர மற்ற திசைகளில் ஷோகேஸ் வைக்கலாம். ஷோகேஸ்களை தரையில் வைக்கக் கூடாது. சற்று உயர்த்தி மேடை கட்டி வைக்கலாம்.

2. கைகழுவும் இடம்

வடக்கு (அ) வடகிழக்கில் அமைக்கவும். wash basin கண்களிலிருந்து மறைக்கப்படுவது நல்லது.

3. நிர்வாக அலுவலகம்

1. வடக்கு (அ) கிழக்கில் காம்பௌண்டு சுவற்றை தொடமல் இடைவெளி விட்டு கட்டவும்.

தென்மேற்கு திசை முடியாத நிலையில் கிழக்கு உச்சம் (அ) வடக்கு உச்சம் பார்த்து அமைக்கவும்.

2. அலுவலக அறை எப்போதும், வெளிச்சமாக இருக்கவேண்டும். அலுவலக அறையில் மேசை கருமை நிறத்தில் இருக்கக் கூடாது.

3. தென்மேற்கு திசையில் அலுவலகம் வைக்கவும். பீரோ/கேஷ் : வடக்கு முகமாக அமைக்கவும். டேபிள்/சேர் : கிழக்கு முகமாக அமைக்கவும்.

4. படுக்கை அறை

1. முகம்பார்க்கும் கண்ணாடியை படுக்கை அறையில் கட்டிலுக்கு நேர் வைக்க வேண்டாம்.

2. படுக்கை அறையில் பூசைக்குரிய படங்களை வைக்க வேணடாம்.

3. காதலை வளர்க்கும் படங்கள் வைக்கலாம்.

4. உணர்ச்சியை தூண்டும் படங்கள் இருக்கக் கூடாது. படுக்கையறையில் காதல் பறவைகள்

(Love Birds), மேண்டரின் வாத்துக்கள் (ஆண்-பெண் வாத்துகள்) போன்ற பொம்மை (அ) படங்களை வைக்கலாம்.

5. படுக்கை அறையில் நுழைவாயிலுக்கு நேர் கட்டில் போட வேண்டாம்.

6. படுக்கை அறையில் மிதமான வெளிச்சம் இருக்க வேண்டும்.

7. இரண்டு கட்டில்கள் எனில் அவற்றை தனித்தனியாக போடக் கூடாது.

8. இரண்டு மெத்தைகளையும் தனித்தனியாக போடக்கூடாது.

9. கட்டிலுக்கு அடியில் பொருட்கள் ஏதும் வைக்க கூடாது.

10. மின் விசிறிக்கு நேர்கீழ் கட்டில் போடக் கூடாது.

11. தெற்கு, மேற்கு. சுவற்றின் பக்கம் சிறிது இடைவெளியும் வடக்கு, கிழக்கு பகுதியில் அதிக இடைவெளி விட்டு கட்டில் போடவும்.

12. கட்டிலின் தலைப்பக்கம் மட்டும் சுவற்றை ஒட்டி இருக்கலாம்.

13. இரண்டு பக்கமும் ஒட்டி கட்டிலை போட வேண்டாம்.

14. படுக்கை அறை தெற்கு, மேற்கு, தென்மேற்கு திசையில் இருக்கலாம்.

15. படுக்கை அறையில் படுத்து உறங்கும் நிலையில் அறையின் கதவு தெரிய வேண்டும்.

16. குடும்ப தலைவனின் படுக்கை அறை தென் மேற்கில் அமைய வேண்டும்.

17. மேற்கு (அ) தெற்கில் தலை வைத்து படுக்கவும், வடக்கில் தலைவைத்து படுக்க வேண்டாம்.

18. வடகிழக்கில் படுக்கை அறை அமையக்கூடாது.

19. மேற்கு, தென்மேற்கு, வடமேற்கு ஆகிய திசைகளில் படுக்கையறை அமையலாம்.

20. தலைவன், தலைவி படுக்கையறை மேற்கில் (அ) தென்மேற்கில் உள்ள அறையில் இருக்க வேண்டும்.

21. வடக்கில் (அ) வடமேற்கில் உள்ள அறையை குழந்தைகள் படுக்கும் அறையாக பயன்படுத்தலாம்.

22. வடமேற்கில் உள்ள அறையை திருமணம் ஆக வேண்டியவர் பயன்படுத்துவது நல்லது.

23. நடை கூடத்தின் முடிவில் படுக்கையறை இருக்கக்கூடாது.

24. கட்டில் போடும்போது கிழக்கு, வடக்கு, பக்கத்தில் அதிக இடம் விட்டும் தெற்கு, மேற்கு, சுவற்றிற்கு அருகிலும் இருக்கும்படி போடவும்.

25. குழந்தைகள், படுப்பதற்கு தனியாக கட்டில் போட வேண்டாம். அனைவரையும் ஒன்றாக படுக்கச் செய்யவும்.

26. படுக்கையறை இல்லாதவர்கள் ஹாலின் தென்மேற்கு திசையை பயன்படுத்தலாம்.

27. மேல்மாடியில் படுக்கையறை அமைக்கும் போது அதன் நேர் கீழ் சமையலறை அமைக்கக் கூடாது.

5. சமையலறை

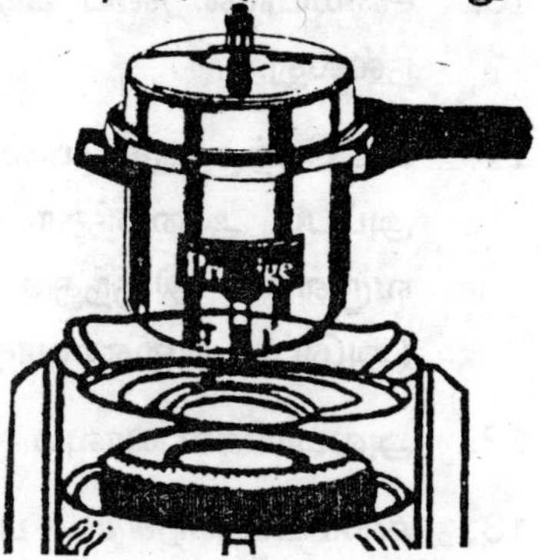

1. சமையலறையில் Sink வடகிழக்கு பகுதியில் அமைக்கவும்.

2. சமைப்பவர் கிழக்கு நோக்கி சமைக்கும் படி அடுப்பை அமைக்கவும்.

3. சமையலறையில் சமைப்பவரின் பின்புறம் (அ) வலதுபுறம் அலமாரிகள் அமைக்கவும்.

4. அடுப்பு தென்கிழக்கு (அக்னி) திசையில் அமைக்கவும்.

5. உணவு உண்ணும் அறையிலிருந்து பார்த்தால் சமைப்பவர் தெரியக்கூடாது.

6. அலமாரிகளை தெற்கு அல்லது மேற்கு சுவற்றில் அமைக்கவும்.

7. வீட்டின் முன்வாசலுக்கு மிக அருகில் சமையலறை இருக்கக்கூடாது.

8. சமையலறை நல்ல வெளிச்சம் மற்றும் காற்றோட்டம் உள்ளதாக இருக்க வேண்டும்.

9. பரண் அமைப்பதாயின் தெற்கு, மேற்கு சுவற்றில் அமைக்கவும்.

10. சமையலறையை பிரமீடு வடிவில் அமைப்பது நல்லது.

11. வடமேற்கு பகுதியில் அடுப்பு அமையக் கூடாது. அப்படி அமைந்தால் அவ்வீட்டில் விருந்தினர் வருகை இருந்துக் கொண்டே இருக்கும். (அடுப்பு அணையாது)

12. அலமாரிகள் யாவும் மூடி இருக்க வேண்டும்.

13. சமையலறைக்கு பக்கத்தில் படுக்கையறை இருந்தால் இரண்டிற்கும் இடைப்பட்ட சுவர் கனமானதாக இருக்க வேண்டும்.

6. பூஜை அறை

1. பூஜை அறையை வடகிழக்கு (அ) தென்மேற்கு (அ) மேற்கு திசைகளில் உள்ள அறை ஏற்றது. அறை கதவு கண்டிப்பாக இரட்டை கதவாக இருக்க வேண்டும்.

2. சுவாமிப் படங்களை மேற்கு சுவற்றில் மாட்டவும்.

3. இறந்தவர்களின் படங்களை சுவாமிப் படங்களோடு வைக்க வேண்டாம்.

4. வெள்ளிக்கிழமை, செவ்வாய் கிழமைகளில் நெய்தீபம் ஏற்றி வழிபடுங்கள். தீபம் எரியும் போது வாயால் ஊதி அணைக்க வேண்டாம்.

5. பூசை அறையில் வடக்கு பார்த்து பூசை செய்யவும்.

6. சுவாமிப் படங்கள் கிழக்கு (அ) வடக்கு பார்த்து மாட்டவும்.

7. வடக்கு பார்த்து அமர்ந்து கொண்டோ (அ) நின்று கொண்டோ பூசை செய்யலாம்.

8. சமையலறையில் பூசையறை அமைப்பதாயின் கதவு (அ) ஸ்கிரீன் போடவும்.

9. பூசையறையில் கதவுகளுக்கு மணிகள் கட்டி தொங்க விடலாம். இதில் வரும் மெல்லிய சத்தம் செல்வ விருத்திக்கு வழிவகுக்கும்.

10. பூசையறையை பிரமீடு வடிவத்தில் அமைப்பது நல்லது.

11. பூசைக்குரிய விக்ரகங்களை ஈயம், இரும்பு, பிளாஸ்டிக், மாக்கல் போன்றவற்றால் ஆன உருவங்களை வழிபட வேண்டாம்.

12. பூசையறையை கூடிய மட்டும் தனியாக வைத்துக் கொள்வது நல்லது.

13. சுவாமிப் படங்களுக்கு கீழ் சாப்பிட்டு மீதி உள்ள உணவை வைக்க வேண்டாம். உணவு அருந்தவும் கூடாது.

14. சுவாமிப்படங்கள் மற்றும் பூஜைக்குரிய விக்ரகங்களை தரையில் வைக்கக் கூடாது.

15. பூசை அறையை ஒட்டி கழிவு நீர் வரக்கூடாது.

16. பூசை அறையின் உட்கூரைப் பகுதியானது வீட்டின் உட்கூரைப் பகுதியை விட தாழ்வாக இருக்க வேண்டும்.

7. அறைகளும் - திசைகளும்

வீட்டில் பல அறைகள் அமைப்பவர்கள் கீழ்கண்ட முறையை பின்பற்றலாம்.

1. குளியல் அறை - கிழக்கு

2. சமையல் அறை - தென்கிழக்கு

3. படுக்கை அறை - தெற்கு

4. சகல முக்கிய பொருட்கள் வைக்கும் அறை - தென்மேற்கு

5. சாப்பாட்டு அறை - மேற்கு

6. தான்ய அறை - வடக்கு

7. பூசை அறை - வடகிழக்கு

8. சாப்பாட்டு அறை

1. உணவு உண்ணும் அறையில் நிலைக்கண்ணாடிகளை வைக்கலாம். இது சிறந்த சக்திகளை உற்பத்தி செய்யும் சாதனம்.

2. உணவுப் பொருட்களின் படங்களை உணவு உண்ணும் இடத்தில் மாட்டவும்.

3. வீட்டின் உரிமையாளர்கள் கிழக்கு, வடக்கு நோக்கி உணவு உண்ணவும்.

4. விருந்தினர்களை தெற்கு (அ) மேற்கு நோக்கி உணவு அருந்தச் செய்யவும்.

5. தெற்கு, கிழக்கு, வடக்கு ஆகிய திசைகளில் சாப்பாட்டு அறையை அமைக்கவும்.

9. உட்காரும் அறை
(Drawing Room)

1. அறையிலிருந்து உட்கார்ந்து பார்த்தால் வெளியில் இருக்கும் இயற்கை காட்சிகள் தெரிய வேண்டும்.

2. உட்காரும் அறை படுக்கை அறைக்கு அருகில் இருக்க வேண்டும்.

3. உட்காரும் அறை சிறியதாக இருக்கக் கூடாது.

4. உட்காரும் அறையில் அதிகமான பொருட்களை வைக்கக் கூடாது.

5. உட்காரும் அறையில் மீன்தொட்டியை வடக்கு பகுதியில் வைக்கலாம்.

6. உட்காரும் அறை சதுரமானதாகவோ (அ) செவ்வகமானதாகவோ இருக்கலாம்.

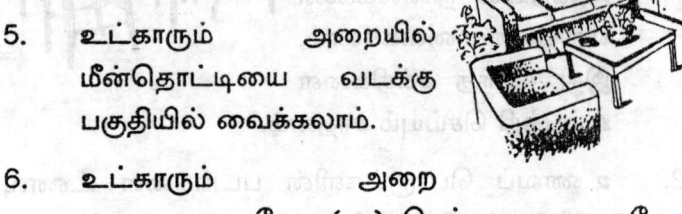

10. படிப்புக்கு உகந்த திசை

குழந்தைகள் நன்கு படிப்பதற்கு கிழக்கு திசை நோக்கி அமர வேண்டும்.

11. கதவுகள்

1. கதவின் முன்பு படிக்கட்டுகள் இருக்கக்கூடாது. அவ்வாறு இருப்பின் படிக்கட்டு தெரியாதவாறு பூச்செடிகள் வளர்க்கவும் (அ) சுவர் அமைக்கவும்.

2. தலை வாயிலின் அளவு 9 பங்கு உயரமும் 5 பங்கு அகலமும் கொண்டு இருக்க வேண்டும்.

3. கதவுகள் உள்நோக்கி திறக்கும்படி இருக்க வேண்டும்.

4. ஒரு கதவுக்கு நேராக மற்றொரு கதவு இருக்க

வேண்டும் (அ) ஜன்னலாவது இருக்க வேண்டும். ஆனால் ஒரே வரிசையில் மூன்று கதவுகள் இருக்கக் கூடாது.

5. ஒற்றை எண்ணிக்கையில் பலகைகளைக் கொண்டு ஒற்றைக் கதவுகளும், இரட்டை எண்ணிக்கையில் பலகைகளைக் கொண்டு இரட்டை கதவுகளையும் உருவாக்க வேண்டும்.

6. கதவுகளின் மேற்புறம் வளைவு கூடாது.

7. கதவுகள் திறக்கும் போது 'கிரீச்' என்று சப்தம் வரக்கூடாது.

8. கதவுகள் தானாக மூடிக் கொள்ளக்கூடாது.

9. கதவு திறக்கும்போது கஷ்டமாக இருக்கக் கூடாது.

10. பிரதான நுழைவாயிலில் நுழைந்து எதிர் திசை தவிர வேறு திசைகளில் உள்ள வாயில் வழியாக வெளியே செல்லக் கூடாது. கதவிற்கு புறம்காட்டி அமரக்கூடாது.

11. கதவை திறந்தவுடன் 80% பகுதி தெரிய வேண்டும். கதவுகளில் காலண்டர்கள் மாட்டக் கூடாது.

12. இழுகதவை பொருத்துவதாயின் தெற்கு (அ) மேற்கு இழுக்கும்படி அமைக்க வேண்டும்.

12. கதவுகள் இயல்பு

நாவல் மரம் - தேவர்களுக்கும்

வேம்பு மரம் - மறையோருக்கும்

தேக்கு மரம் - அரசர்களுக்கும்

இலுப்பை மரம் - வைசியர்களுக்கும்

வேங்கை மரம் - வேளாளர்களுக்கு ஏற்றது

13. காவலர் அறை

தென்கிழக்கு பகுதியில் வடக்கு (அ) கிழக்கு நோக்கி அமைக்கவும்.

14. ஸ்டோர் ரூம்

மேற்கு (அ) தெற்கு அறையை ஸ்டோர் ரூமாகக் கொள்ளவும்.

15. நுழைவாயில்

1. நுழைவாயிலுக்கு நேர் எதிரில் கோயில் சன்னதி தெரியக் கூடாது.

2. நுழைவாயிலுக்கு முன்பு (அ) பின்பு எந்த தடையும் இருக்கக் கூடாது.

3. நுழைவாயிலுக்கு முன்பு துளசி செடி இருக்கக் கூடாது.

4. நுழைவாயிலுக்கு எதிரில் மரம் இருக்கக் கூடாது. இதனால் குழந்தைகளுக்கு பாதிப்பு உண்டாகும்.

5. நுழைவாயிலுக்கு எதிரில் பாழடைந்த மண்டபம் இருக்கக் கூடாது.

6. நுழைவாயிலுக்கு எதிரில் கழிவு நீர் ஓடக் கூடாது.

7. நுழைவாயிலுக்கு பக்கத்தில் குளியலறை (அ) கழிவறை இருக்கக் கூடாது.

8. நுழைவாயிலுக்கு எதிரே நிலைக்கண்ணாடி இருக்கக் கூடாது.

9. நுழைவாயிலுக்கு நேர் எதிரில் உள்ள பகுதியில் பரிசுப் பொருட்கள் வைக்கலாம்.

10. நுழைவாயிலின் கதவு கனமானதாகவும் மற்ற வாயில்களை விட உயரம் குறைந்தும் இருக்க வேண்டும்.

11. நுழைவாயிலுக்கு நேர் இடிந்த கட்டிடம் இருக்கக் கூடாது.

12. தெருவிலிருந்து நுழைவாயில் மறைக்கப்பட்டு இருக்கக் கூடாது.

13. நுழைவாயிலுக்கு முன்பு கிணறு இருக்கக் கூடாது.

14. தலைவாசலுக்கு முன்பு சகதி இருக்கக் கூடாது.

15. நுழைவாயிலுக்கு முன்பு கோவில், மரம் இருக்கக் கூடாது.

16. அடுத்த வீட்டின் எந்த கூர்மையான பகுதியும் நமது வீட்டை நோக்கி இருக்கக் கூடாது.

17. நுழைவாயிலுக்கு முன்பு படிகட்டுகளும் அதனோடு இணைந்த கைப்பிடிகள் இருப்பின் வீட்டில் உள்ளவர்களுக்கு துன்பம் உண்டாகும்.

18. கேட்டுக்கு நேர் எதிரில் மட்டுமே நுழைவாயில் வைக்கவும். அவ்வழியில் மட்டும் போவதும் வருவதும் நல்லது.

19. இரண்டு வாயில்கள் வைக்க விரும்பினால் ஒன்றை உச்ச பாகத்திலும் மற்றொன்றை சாஸ்திரப்படியும் வைக்கவும்.

20. நுழைவாயில் உயரம் குறைந்தும் மற்றவாயில்கள் உயரமாகவும் இருக்க வேண்டும்.

16. மோட்டார் ரூம்

மோட்டார் ரூம் படிகட்டுகளின் கீழ் (அ) தென்மேற்கு தென்கிழக்கு, வடமேற்கு ஆகிய திசைகளில் அமைக்கலாம்.

17. ஜன்னல்கள்

1. வீட்டில் ஜன்னல்கள் அதிகம் இருக்கக் கூடாது. அவ்வாறு இருப்பின் சிலவற்றையாவது மூடி வைக்கவும்.

2. ஜன்னல்கள் யாவும் உச்சபாகத்தில் அமைய வேண்டும்.

3. ஜன்னல்கல் யாவும் வெளியே திறக்கும்படி இருக்க வேண்டும். முன் வாசலை ஒட்டி இருபுறமும் இரு ஜன்னல்கள் அமைவது நல்லது.

4. பெரிய அளவில் உள்ள ஜன்னல்கள் கதவுகளுக்கு சமம். அவை கதவுகளின் எண்ணிக்கையை விட ஜன்னல்களின் எண்ணிக்கை அதிகம் இருக்கக் கூடாது.

5. உள்நோக்கி திறக்கும்படி ஜன்னல்கள், கதவுகள் இருக்க வேண்டாம்.

6. ஜன்னல்களின் எண்ணிக்கை கதவுகளின் எண்ணிக்கையை விட அதிகமாக இருக்கக் கூடாது. கதவுகளை விட ஜன்னல்கள் பெரியதாக இருக்கக் கூடாது.

7. தெற்கிலும் மேற்கிலும் ஜன்னல்கள் குறைவாக இருப்பது நல்லது. அதே போல் வடக்கிலும், கிழக்கிலும் அதிக ஜன்னல்கள் இருக்க வேண்டும்.

8. ஜன்னல்களின் பின்னால் மதிற்சுவர் இருப்பது நல்லது.

9. வீட்டின் முன்வாசலுக்கு நேர் பின்வாசல் அமைய வேண்டும் அல்லது ஜன்னல்களாவது அமைப்பது நல்லது.

10. ஜன்னல்கள் அலமாரிகள், வாயில்கள் இவை ஒவ்வொன்றும் நேர் எதிரில் இருக்கும்படி அமைக்க வேண்டும்.

11. ஜன்னல்களை நோக்கி கூரான பொருட்கள் ஏதும் இருக்கக்கூடாது.

12. வீட்டில் ஜன்னல்கள் யாவும் இரட்டை எண்ணிக்கையில் அமைய வேண்டும்.

13. கழிவறை, சமயலறை ஆகிய இடங்களில் ஜன்னல்கள் கண்டிப்பாக இருக்க வேண்டும்.

14. ஜன்னல்கள் ஒன்றுக்கொன்று நேர் எதிரில் இருக்க வேண்டும். ஜன்னல்கள் மிக உயரத்திலோ (அ) தாழ்விலோ இருக்கக்கூடாது.

15. ஜன்னல்களுக்கு வெளியே பார்க்கும் போது மின்சார தொலைபேசி கம்பம், சுடுகாடு, காவல் நிலையம் ஏதும் தெரியக் கூடாது. அவ்வாறு இருப்பின் ஜன்னல்களின் கதவுகளுக்கு கண்ணாடி பதிக்கவும். ஜன்னலுக்கு வெளியே சுவர் தெரிய கூடாது. அவ்வாறு இருப்பின் ஜன்னல்களில் திரைச்சீலை தொங்கவிடவும்.

18. வாசற்படி

1. கீழ்படி இல்லாத வாசற்படி இருக்கக் கூடாது.
2. வாசற்படியின் கீழ் மச்சயந்திரம் வைக்கலாம்.
3. வாசற்படியின் கீழ் பொன், வெள்ளி, ரத்னம் வைக்கலாம்.
4. வட்டவடிவில் வாசற்படி அமைக்க வேண்டாம்.
5. வீட்டில் உள்ள மொத்த வாசற்காலின் எண்ணிக்கை இரட்டை படையில் இருக்க வேண்டும். 10, 20, 30 போன்ற எண்ணிக்கையில் இருக்கக் கூடாது.
6. குடும்பத் தலைவன் ஜாதகத்தில் எந்த கிரகம் பலம் மிகுந்து உள்ளதோ அந்த கிரகத்தின் பாகத்தில் வாசல் விடுவது நல்லது.
7. எதிரெதிராக வாசற்படி அமைக்கலாம்.
8. முன்வாசலுக்கு நேர் பின்வாசல் வைக்கவும். அதுவும் நேராக இருக்க வேண்டும்.
9. நேராக அல்லாமல் வேறுவேறு திசைகளில் வாசல் அமையக் கூடாது.
10. முன்வாசல் மற்ற வாசல்களை விட கனமானதாகவும் குனிந்து நுழைந்து செல்லும்படியும் இருக்க வேண்டும். வீட்டில் உள்ள உயரமானவர்களின் உயரத்தை பொருத்து வாசல் அமைக்கவும்.

19. கழிவறை

1. தென்கிழக்கு, வடமேற்கு திசைகளில் மட்டும் கழிவறை அமைய வேண்டும்.
2. வடக்கு (அ) தெற்கு நோக்கி அமருமாறு கிளாசெட் வைக்கவும். மற்ற திசைகளில் கழிவறை அமைப்பதாயின் நில மட்டத்தை விட உயர்த்தி கிளாசெட் அமைக்கவும். மேற்கத்திய கிளாசெட் வைக்கும் போது இவ்விதிகள் தேவையில்லை.
3. வடகிழக்கில் கழிவறை அமையக் கூடாது.
4. வீட்டின் வெளியே கழிவறை அமைப்பதாயின் வீட்டை ஓட்டாமலும் காம்பௌண்டு சுவற்றை ஓட்டாமலும் கட்ட வேண்டும்.
5. கழிவறையில் கதவை திறந்தவுடன் கழிவு சாதனம் கண்ணில் தெரியக் கூடாது.

20. குளியலறை

1. குளியலறை கிழக்கில் அமைக்கவும். வசதிப்படாவிடில் தென் கிழக்கு (அ) வடமேற்கில் அமைத்து கொள்ளவும். எந்த திசையும் வசதியில்லையெனில் வடகிழக்கில் தவிர்த்து பிற திசைகளில் வைத்துக் கொள்ளலாம்.

2. வீட்டின் பொதுக்குளியலறை அமைக்கும் போது வடக்கிழக்கு திசையில் அமைக்கவும்.

2. வடக்கு நோக்கி ஷவர் அமைத்துக் கொள்ளவும்.

3. படுக்கை அறையில் குளியலறை அமைத்துக் கொள்வதாயின் கிழக்கு பகுதியில் அமைக்கலாம்.

குளியலறை - கழிவறை அமைக்க, ஏற்ற திசைகள்

1. **வடமேற்கு** - குளியலறை & கழிவறை அமைக்கலாம்

2. **வடக்கு** - குளியலறை மட்டும் அமைக்கலாம்

3. **வடகிழக்கு** - குளியலறை & கழிவறை அமைக்கலாம்.

4. **கிழக்கு** - குளியலறை மட்டும் அமைக்கலாம்.

5. **தென்கிழக்கு** - குளியலறை & கழிவறை அமைக்கலாம்.

6. **தெற்கு** - குளியலறை & கழிவறை அமைக்கலாம்.

7. **தென் மேற்கு** - குளியலறை & கழிவறை அமைக்கலாம்.

8. **மேற்கு** - குளியலறை & கழிவறை அமைக்கலாம்.

9. குளியலறை, கழிவறை கதவுகளை எப்போதும் மூடியே வைக்கவும்.

10. குளியலறையும் - கழிவறையும் சேர்த்தே அமைந்திருந்தால் ஹீட்டரை தென்மேற்கு மூலையிலும், தண்ணீர் குழாயை வடகிழக்கு கூற்றிலும், கைகழுவும் தொட்டியை கிழக்கு சுவற்றிலும், முகம் பார்க்கும் கண்ணாடியை வடக்கு (அ) கிழக்கு சுவரில் பதிக்க வேண்டும்.

21. காம்பௌண்டு வால் (சுற்றுச்சுவர்)

வீடு கட்டுவதற்கு முன்பு சுற்றுச்சுவர் கட்டக் கூடாது. அவ்வாறு கட்டினால் அந்த கட்டிடம் எழும்ப பல ஆண்டுகள் ஆகும்.

காம்பௌண்டு சுவர் வெளியிலிருந்து பார்த்தால் வாசற்கால் தெரிய வேண்டும். வாசற்காலின் உயரத்தில் 2/3 பங்குக்கு மேல் உயரமாக இருக்கக் கூடாது.

22. செப்டிக் டேங்க் (மலக்குழி)

அக்னி மூலையில் செப்டிக் டேங்க் இருக்கக் கூடாது. வடமேற்கு, தெற்குப் புற மேற்கு ஆகிய திசைகளில் இருக்கலாம். தெற்கு, மேற்கு, தென்மேற்கு, வடகிழக்கு, தென்கிழக்கு ஆகிய திசைகளில் கண்டிப்பாக மலக்குழி இருக்கக் கூடாது.

23. மரங்கள் - TREE

1. வடகிழக்கு, வடமேற்கு, வடக்கு ஆகிய திசைகளில் பூச்செடிகள் வளர்க்கலாம். குடும்பம் செழிந்து விளங்கும்.

2. தெற்கு, மேற்கு, தென்மேற்கு ஆகிய திசைகளில் உறுதியான மரங்கள் வளர்க்கலாம். மற்ற திசைகள் உகந்ததல்ல.

2a. வீட்டிலும் அலுவலகத்திலும் 'கள்ளி', 'போன்சாய்' மரங்களை தவிர்க்கவும். அதற்கு பதில் 'ஜெட்' செடியை வளர்க்கலாம்.

3. பால்வடியும் மரங்கள், செடிகள், சிவப்பு மலர்களை உடைய செடிகள், பருத்தி, அத்திமரம் தென்கிழக்கில் இருப்பின் தீயது.

4. வில்வமரம் வீட்டில் இருப்பின் சோர்வை தரும்.

5. பாக்கு, முந்திரி, ஊமத்தை ஆகிய மரங்கள் வீட்டில் இருப்பின் சுகம் கெடும்.

6. மா, தென்னை, பலா, வாழை, பன்னீர் பூ, நார்த்தை, துளசி, பவளமல்லிகை போன்ற மரங்கள் வீட்டில் வளர்க்கக் கூடியவை. மாதுளை, கொன்றை, திராட்சை, வேம்பு, முல்லை ஆகியவற்றால் இலட்சுமி கடாட்சம் உண்டாகும்.

7. வடக்கு மற்றும் கிழக்கு பகுதியில் பெரிய அடர்ந்த மரங்கள் இருக்கக் கூடாது.

மாதுளை-முருங்கை ஆகிய மரங்களை வீட்டின் முன்பு வளர்க்கக் கூடாது.

8. வடகிழக்கு பகுதியில் தென்னை மரம் வளர்க்கக் கூடாது. அசோக மரம் போன்ற கூர்மையான நுனிகளை உடைய மரங்கள் வீட்டில் இருக்கக் கூடாது.

9. புளி, பனை மரங்கள் வீட்டில் வளர்க்கக் கூடாது.

10. வீடுகளில் மரம் செடி கண்டிப்பாக இருக்க வேண்டும்.

11. பிள்ளையில்லாதவர்கள் மாமரம் ஒன்று வளர்த்தால் புத்திர பாக்கியம் கிடைக்கும்.

12. செடிகளை வடக்கு (அ) கிழக்கு பாகத்தில் அமைத்துக் கொண்டு வீட்டின் கழிவுநீர் செடிகளுக்கு பாயுமாறு அமைக்கலாம்.

13. தோட்டத்தில் உள்ள செடிகள் வாடக்கூடாது. அப்படி வாடத் தொடங்கினால் அதனை காப்பாற்ற வேண்டும் (அ) நீக்க வேண்டும்.

14. முள் செடிகளை, கள்ளிச் செடிகளை தோட்டத்தில் வைக்க வேண்டாம். நோய்வாய்ப்பட்ட (அ) இறந்த மரங்கள் (அ) செடிகள் வீட்டில் இருக்கக் கூடாது.

24. வீட்டில் வளர்க்கக் கூடாத மரங்கள்

பருத்தி, அகத்தி, பனை, நாவல், நெல்லி, எருக்கு, புளி, இலவு, ஆகிய மரங்கள் வீட்டில் இருக்குமானால் திருமகள் அவ்விடத்தை விட்டு வெறுத்து மனையை விட்டு நீங்குவாள். மரக்கிளைகள் தரையை நோக்கி சாய்ந்தாலோ (அ) தொட்டாலோ செல்வம் குறையும்.

25. வீடு கட்ட ஆகாத மரங்கள்

அத்தி, ஆல், அரசு, இலவம், புரசு, மகிழம், விலா, ஆகிய மரங்கள் கொண்டு வீடு கட்டக் கூடாது. வீடு கட்டினால் இருக்கின்ற செல்வமும் புத்திரப் பேரும் குறைந்து போகும் வறுமை மேலிடும்.

26. மரங்கள் வளர்க்க ஏற்ற திசை

தெற்கு, மேற்கு, தென்கிழக்கு, தென்மேற்கு, வடமேற்கு ஆகிய திசைகளில் அமைக்கவும், மற்ற திசைகளை தவிர்க்கவும். மஞ்சள் நிற பூக்களை க்ரீம் நிற பீங்கான் பூந்தொட்டியில் வைத்து தென்மேற்கு மூலையில் வைக்கலாம். இது உறவுகளை பலப்படுத்தும்.

27. கிணறு / போர்வெல் / குழாய்நீர்

1. வடக்கு, கிழக்கு, வடகிழக்கு ஆகிய பகுதிகளில் மட்டுமே கிணறு அமைக்கவும்.

2. தென்மேற்கு திசையில் கிணறு (அ) பள்ளம் இருக்கக் கூடாது.

3. மேற்கில் கிணறு இருப்பின் குடும்பத்தில் விளக்கேற்ற பெண் இல்லாமல் போவாள்.

4. கிணற்றில் நீர் இரைக்கும் போது வடக்கு (அ) கிழக்கு நோக்கி நீர் இறைக்க வேண்டும்.

28. கிணறு வெட்ட உகந்த கிழமைகள் – விட்டம் – ஆழம்

வெள்ளி - புதன் - வியாழன் ஏற்றது.

சுற்றும் அடிகள்	அகல நீளம்
4 அடி துறவுக்கு	12 அடி நீளம்
5 அடி துறவுக்கு	15 அடி நீளம்
6 அடி துறவுக்கு	18 அடி நீளம்
7 அடி துறவுக்கு	21 அடி நீளம்
8 அடி துறவுக்கு	24 அடி நீளம்
9 அடி துறவுக்கு	27 அடி நீளம்

29. கிணறு அமைக்க உகந்த ராசிகள்

ரிஷபம் - கடகம் - மகரம் - கும்பம் - மீனம் ஆகியவை நல்ல ராசிகள் (8-ம் இடம் சுத்தம் அவசியம்)

30. கிணறு அமைக்கும் திசைகளும் பலன்களும்

ஈசான்யம் (வடகிழக்கு) - நன்மை

கிழக்கு - தனதான்ய விருத்தி

தென்கிழக்கு - புத்திர நாசம்

தெற்கு - மனைவிக்கு கெடுதல்

தென்மேற்கு (நிருதி) - மரணபயம்

மேற்கு - சுக சம்பத்து

வடமேற்கு - சத்ரு பீடை

வடக்கு - அற்ப சுகம்

நடு - தன நாசம்

வடக்கு (அ) வடகிழக்கில் போர் வெல் அமைக்கலாம்.

31. நீர் இறைக்கும் மோட்டார்

நீர் இறைக்க பயன்படுத்தும் மோட்டார் மொத்த மனையின் தென்கிழக்கு (அ) தென்மேற்கில் அமைக்கலாம்.

32. கிணறு

1. நீர் உள்ள கிணற்றை மூடக்கூடாது. நீர் இல்லாத கிணற்றை மூடலாம்.

2. கிணறு அமைக்க மொத்த மனையின் வடகிழக்கில் அமைக்கவும். கட்டிடத்தின் நடுவில் கிணறு வெட்டகூடாது.

3. வாட்டர் டேப் (குழாய்) வடகிழக்கு திசையில் கொண்டு வந்து அமைப்பது சிறந்தது. சம்ப் கட்டுவதாயின் வடகிழக்கு திசை ஏற்றது.

4. தென்கிழக்கு பகுதியில் பள்ளம் (அ) கிணறு இருப்பின் பெண்களுக்கு கருச்சிதைவு குடும்பத்தில் சிலருக்கு அகால மரணம் உண்டாகும்.

5. கிணற்றில் தரைக்கு மேலே உள்ள பகுதியை சதுர, வட்ட வடிவில் கட்டலாம். ஆனால் தரைக்கு கீழ் உள்ள பகுதி வட்டமாக மட்டும் இருக்கவேண்டும்.

33. நீர் தொட்டிகள்

பூமிக்கு அடியில் கட்டப்படும் நீர் தொட்டிகள் கிணறு அடிப்படையில் கொண்டவை. எனவே, பூமியின் அடியில் வடக்கு, கிழக்கு, வடகிழக்கில் மட்டுமே அமைக்க வேண்டும்.

தரைக்கு மேல் கட்டப்படும் நீர் தேக்கத் தொட்டிகள் தெற்கு, மேற்கு, தென்மேற்கு திசையில் மட்டுமே அமைக்கவும். மாடியில் அமைக்கப்படும் தண்ணீர் தொட்டி தென்மேற்கில் அமைக்கவும்.

34. தற்காலிக தண்ணீர் தொட்டி

கான்கிரீட் பொருட்களை ஊர வைக்கவும். கட்டிட வேலைக்கும் உரிய நீரை சேமிக்க வடகிழக்கில் நிலமட்ட தொட்டி அமைக்கவும். மலக்குழி வெட்டி அதனை நிலமட்ட தொட்டியாக பயன்படுத்தி பின்னர் அதனை மலக்குழியாக பயன்படுத்தலாம்.

35. மேல்நிலைத் தொட்டி

மேல்நிலைத் தொட்டிகளை தென்மேற்கு, வடமேற்கு திசைகளில் மட்டுமே அமைக்கவும்.

36. மின் சாதனங்கள்

தென்கிழக்கு பகுதி மின்சாதனங்கள் வைத்து பயன்படுத்த ஏற்றது.

டிரான்ஸ்பார்மரை வீட்டின் தென்கிழக்கில் வைக்கவும். வேறு எப்பகுதியில் வைத்தாலும் தீமையே.

37. பொருட்கள

பழைய காலத்து பொருட்கள் பழைய எண்ணங்களை தரும். எனவே, அவை நனமை எனில் வைத்துக் கொள்ளலாம். தீய எண்ணங்களை உருவாக்குபவை எனில் வீட்டில் வைத்திருக்க

வேண்டாம். பழைய கடிதங்கள், பழைய பெட்டிகள் வாழ்ந்த காலத்தை குறிக்கும். இதுவும் நல்ல எண்ணங்களை தருபவையாக இருக்க வேண்டும். கூர்மையான முனைகளை கொண்ட மேசை நாற்காலிகளை பயன்படுத்த வேண்டாம்.

38. செருப்பு

தென்மேற்கு மூலையில் நடைபாதையில் செருப்பை வைக்கவும். முன்வாசலுக்கு முன்பு செருப்புகளை வைக்க வேண்டாம். காலணிகளை அதற்குரிய அலமாரியில் ஒழுங்காக அடுக்கி வைக்கவும்.

39. ஆயுதங்கள்

ஆயுதங்களை அலங்காரமாக வைப்பதை தவிர்க்கவும். அது தீய எண்ணங்களை வளர்க்கும்.

40. பீரோ

1. மேற்கு (அ) தெற்கு பகுதியில் மட்டும் பீரோ வைக்கவும்.
2. தென்மேற்கு அறையில் கிழக்கு (அ) வடக்கு பார்த்து பீரோ வைத்தால் பொருள் சேரும். மற்ற திசைகள் விரும்பத்தக்கதல்ல.

3. பீரோக்களின் மீது எந்த பொருளையும் வைக்கக் கூடாது.

4. வடகிழக்கு பகுதியில் பீரோ இருக்கக்கூடாது.

41. படங்கள்

1. சுவாமிப் படங்களை கிழக்கு (அ) வடக்கு பார்த்து மாட்டவும்.

2. சுவாமி படங்களுக்கு முன்னால் இருந்து வழிபட வேண்டாம். பக்கத்தில் இருந்து வழிபடவும்.

3. சுவாமி படங்களோடு இறந்தவர்களின் படங்களை மாட்ட வேண்டாம்.

4. நீர் அருவியாக விழும் படங்களை மாட்ட மாட்டவும்.

5. குடும்ப உறுப்பினர்களின் படங்களை ஹாலில் மாட்டவும். இது ஒற்றுமை உணர்ச்சியை ஏற்படுத்தும்.

6. அருவி, ஓடும் ஆறு இவற்றின் படங்களை மாட்டலாம். சலனமில்லாத படங்களை மாட்ட வேண்டாம்.

7. பாலாஜி (பெருமாள்), லட்சுமி போன்ற படங்களை தெருவை நோக்கி (அ) வெளியில் இருப்பவர் பார்க்கும்படி மாட்ட வேண்டாம்.

42. மீன் தொட்டி

வடக்கு (அ) வடகிழக்கில் வைக்கவும். இது செல்வம் அதிகரிக்க செய்யும். வரவேற்பறை, மேலாளர், அலுவலகம், அலுவலக அறை ஆகிய இடங்களில் வைக்கவும். வீட்டில் மீன் வளர்ப்பு அதிர்ஷ்டம் தரும். அவ்வாறு வளர்க்கும் போது 8 சிவப்பு பொன் மீனும், 1 கருப்பு பொன் மீனும் வளர்க்க வேண்டும். மீன்களில் ஏதேனும் இறந்து விட்டால் நமது வீட்டில் ஏற்பட இருந்த துரதிஷ்டம் போயிவிட்டதாக எண்ணி வேறு மீன் வாங்கிக் கொள்ள வேண்டும். முக்கியமாக படுக்கையறை, சமையலறைகளில் மீன்தொட்டி வைப்பதை தவிர்க்கவும். மீன் தொட்டி வைப்பதற்கு சரியான இடம் கூடமாகும்.

43. குளிர் சாதன பெட்டி

குளிர் சாதன பெட்டியை சமையல் அறையில் வைக்க வேண்டாம். சாப்பாட்டு அறையில் வைக்கலாம். குளிர் சாதனப் பெட்டி காய்கறி, பழங்களால் நிரம்பி இருக்க வேண்டும்.

44. மிக்ஸி/கிரைண்டர்

மிக்ஸி (அ) கிரைண்டர் ஆகியவற்றை தெற்கு (அ) மேற்கு சுவற்றினை ஒட்டி அமைத்து கொள்வது நல்லது.

45. ஹீட்டர்

தென் கிழக்கு திசையில் ஹீட்டர் வைக்க ஏற்றது.

46. தொலைபேசி

தென்கிழக்கு (அ) வடமேற்கு திசையில் வைக்கலாம். தொலைபேசியில் நல்ல லாபகரமான செய்திகள் வரவேண்டுமெனில் அதன் அருகில் (அ)நேர் மேலே ஒரு கண்ணாடி கிரிஸ்டல் ஒன்றை தொங்க விட வேண்டும்.

47. குப்பைத் தொட்டி

தென்மேற்கு, வடமேற்கு திசையில் மட்டுமே அமைக்கவும். குப்பைத்தொட்டிகளை சுத்தமாகவும் கண்களில் தென்படாதவாறு வைக்க வேண்டும்.

48. பொன் பொருள் வைக்க

தென்மேற்கு அறையில் கிழக்கு (அ) வடக்கு பார்த்து பீரோ வைக்கவும். அதில் பொன் பொருளை வைக்கலாம். மற்ற திசைகல் விரும்பத்தக்கதல்ல.

49. விளக்கு

1. வீட்டில் விளக்கை கிழக்கு முகம் பார்த்து ஏற்றவும். தென்திசை நோக்கி திரி இல்லாதவாறு பார்த்துக் கொள்ளவும்.

2. விளக்கை வாயினால் ஊதி அணைக்கக்கூடாது.

3. வெள்ளி, செவ்வாய் கிழமைகளில் நெய்தீபம் ஏற்றி வழிபடுங்கள்.

4. தென்மேற்கு திசையில் சரவிளக்குகளை மாட்டலாம். இது வீட்டினரிடையே நேசமும், ஒற்றுமையும் பெருகச் செய்யும். கண்ணாடி கற்கள் பொருத்தப்பட்ட விளக்குகள் அதிஷ்டத்தை கொடுக்கும்.

50. கழிவு நீர்

1. கழிவு நீர் கிழக்கு அல்லது வடக்கு நோக்கி பாய வேண்டும்.

2. வீட்டின் முன்பு கழிவு நீர் ஓடக் கூடாது.

51. வண்ணம் தீட்டுதல்

அறைகளும் கதவின் வண்ணமும்

(i) கிழக்கு நோக்கிய கதவு எனில் சிவப்பு/ கருஞ்சிவப்பு ஏற்றது.

(ii) மேற்கு நோக்கிய கதவு எனில் பச்சை / வெளிர்நீலம் ஏற்றது.

(iii) வடக்கு/தெற்கு நோக்கிய கதவுகள் எனில் சாம்பல் நிறம்/வெள்ளியின் நிறம் ஏற்றது.

தொழிலும் கதவுகளின் வண்ணமும்

(i) நீர்சக்தி - வெள்ளை, கருப்பு, சாம்பல் நிறம்

(ii) மரசக்தி - வெள்ளை, வெளிர்பச்சை, வெளிர்நீலம்

(iii) தீ சக்தி - சிவப்பு, பச்சை, மஞ்சள், கருஞ்சிவப்பு

(iv) உலோக சக்தி - சாம்பல், மஞ்சள், பழுப்பு, ஆரஞ்சு

நிறங்களும் அறைகளும்

(i) கூடம் (Hall) - வெள்ளை, வெள்ளை கலந்த மஞ்சள்

(ii) சாப்பிடும் அறை - பச்சை, வெள்ளை, சிகப்பு, கலந்த நீலம்

(iii) குளியல் அறை - வெள்ளை

(iv) அலுவலக அறை - மஞ்சள், ஊதா

(vi) கழிவறை - பழுப்பு, மஞ்சள்

திசைகளும் வண்ணங்களும்

(i) கிழக்கு - பச்சை

(ii) மேற்கு - வெள்ளை, சாம்பல்

(iii) வடக்கு - நீலம், கருப்பு

(iv) தெற்கு - சிவப்பு, ஆரஞ்சு

(v) தென்கிழக்கு - இளம்பச்சை

(vi) தென்மேற்கு - மஞ்சள், இளம்பச்சை

(vii) வடமேற்கு - வெள்ளை, வெளிர்நீலம்

வீட்டின் அறைகள் எத்திசையில் உள்ளதோ அதற்கேற்ற வண்ணத்தை பூசவும்.

52. கிரஹப்பிரவேசம்

1. கிரஹப்பிரவேசம் செய்யும்போது அமையும் லக்னத்திற்கு 7-ம் இடம் சுபர் இருக்க வேண்டும். பாபர் இருக்கக் கூடாது.

2. வாஸ்து பூஜை நவகிரஹஹோமம் செய்து தனது வீட்டில் குடிறேினால் குடும்பத்தில் சுபிட்சமான பலன்களும் உண்டாகும்.

3. வீட்டை அறைகுறையாக கட்டி முடித்து கிரஹப் பிரவேசம் செய்யக்கூடாது.

4. கிரஹப்பிரவேசம் செய்யும் நாள் குடும்பத் தலைவனுக்கு பொருத்தமானதாக இருக்க வேண்டும். நல்ல நாளாக இருக்கவேண்டும்.

5. வீடு கட்டும் முன்பு பூமி பூசை செய்ய வேண்டும்

6. கிரஹப்பிரவேசம் உஷத் காலத்தில் (4.30 a.m. to 6.00 a.m.) செய்ய வேண்டும்.

7. புதுவீடு கட்டி முடித்து 3 மாதங்கள் வரை வீட்டி பூட்டி வைக்கக் கூடாது.

8. குரு, சுக்ர, அஸ்தமன காலத்தில் புதுவீடு குடுத்தனம் புகக்கூடாது. அதேபோல் இக் காலத்தில் புதுவீடு கட்டக்கூடாது. அப்படி கட்டினால் கர்மநாசமும், கர்த்தா நாசமும் உண்டாகும். பழைய வீட்டிற்கு இது தேவையில்லை.

53. வாடகை வீட்டில் சுபகாரியங்கள் செய்வது

ஒருவர் வாடகை வீட்டில் இருந்து கொண்டு சுபகாரியங்கள் செய்தால் அதன் பலன் அந்த வீட்டின் உரிமையாளரை சென்று அடையும்.

54. வாடகைக்கு விடுவது

கிழக்கு (அ) வடக்கு பகுதியில் வீட்டின் உரிமையாளர் இருந்து கொண்டு மற்ற பகுதியை வாடகைக்கு விடுவது நல்லது.

55. புதுமனை புகும்போது உடன் எடுத்துச் செல்ல வேண்டியவை

நீர்குடம், பால், பழம், செந்நெல், பூக்கள், சந்தனம், புடவை, குங்குமம், மஞ்சள், கற்பூரம்

ஆகியவற்றை எடுத்துக் கொண்டு சுமங்கலி பெண்கள் மங்கள வாத்தியங்கள் முழங்க வீட்டினுள் நுழைய வேண்டும்.

56. தொழிற்சாலை

1. தொழிற்சாலைக்கு மேற்கூரை கிழக்கு (அ) வடக்கு புறம் சரிந்து இருக்க வேண்டும்.

2. தொழிற்சாலைக்கு இருபுறமும் கூரை சரிந்து அமைக்கப்பட்டு இருப்பின் கிழக்கு (அ) வடக்கு பக்கம் அதிக அளவு சரிவு இருக்க வேண்டும்.

3. தொழிற்கூடத்தில் கனமான இயந்திரங்களை தெற்கு (அ) மேற்கு திசையில் வைக்கவும். ஈசான்ய திசையில் வைக்க வேண்டாம்.

57. கேன்டீன்

அக்னி மூலையில் அமைக்கவும், அல்லது வாயு மூலையில் அமைக்கவும். டாய்லெட்டையும் இவ்விடம் ஒட்டி அமைத்துக் கொள்ளவும்.

58. மூலப் பொருட்கள் கிடங்கு

வடக்கு (அ) மேற்கு திசையில் அமைக்கவும். பிரதான தொழிற்கூடத்திற்கு அருகில் அமைக்கவும். அக்னி மூலையில் இருந்து தள்ளி அமைக்கவும்.

5. சீன வாஸ்து

1. சிரிக்கும் புத்தர்
(Laughing Bhuddha)

சிரிக்கும் புத்தர் செல்வத்தின் கடவுள். இச்சிலை வீட்டில் வளமை, வெற்றி, தனலாபம் அளிப்பவை. இது முன் வாசலை நேராக பார்ப்பது போல் அமைய வேண்டும். முன்வாசல் வழியாக நுழையும் சக்தி புத்தரால் வரவேற்கப்படுகிறது. இதனை சாப்பாட்டு அறையிலோ, படுக்கை அறையிலோ வைப்பது உகந்தததல்ல. தெற்கு, தென்மேற்கு திசை சிரிக்கும் புத்தர் சிலையை வைக்க ஏற்றதாகும்.

2. மூன்று கால் தவளை

மூன்று கால் தவளை மிக்க அதிஷ்டம் தரக் கூடியது. பொதுவாக அதன் வாயில் ஒன்று அல்லது மூன்று நாணயங்கள் இருக்கும். இத்தவளையை வைக்குமிடம் முக்கியமானதாகும். இச்சிலை வீட்டை பார்ப்பது போல் வைக்க வேண்டும். தப்பித் தவறி கூட வெளியே பார்ப்பது போல் வைக்கக்கூடாது. அப்படி வைத்தால் வீட்டின் செல்வம். அதிர்ஷ்டம் வீட்டை விட்டு வெளியே போவதின் அடையாளம். சமையலறை குளியலறைகளில் வைக்கக்கூடாது.

3. சீனத்து நாணயங்கள்

மூன்று சீனநாணயங்களை ஒரு சிவப்பு நூலினால் கட்டி முடிபோட்டு நம் பர்ஸ் (அ) பணப் பெட்டியில் வைத்தால் செல்வம் பெருகும். நான்கைந்து நாணயங்கள் பயன்படுத்துவதை காட்டிலும் மூன்றே சிறந்ததாகும். ஏனெனில் மூன்று என்ற இலக்கம் மங்களகரமானது. இந்நாணயங்கள் பரிசு பொருளாகக் கொடுப்பது நன்மையளிக்கும்.

4. தங்க நாணயக் கப்பல்

அலுவலகத்திலோ, வீட்டிலோ, பாய்மரக் கப்பல் போன்ற மாடலை காட்சிப் பொருளாக வைக்கலாம். இது வெற்றியையும், சாதனையையும் குறிக்கும். இக்கப்பல் உள்நோக்கி பார்ப்பது போல் வைக்க வேண்டும். வெளிநோக்கி இருப்பது போல் வைக்கக் கூடாது. பாய்மரக் கப்பலின் மாடல் 'டைட்டானிக்' போன்ற மூழ்கிய கப்பலின் மாடலாக இருக்கக்கூடாது. இக்கப்பலில் தங்க நாணயங்களோ (அ) பிற நாணயங்களோ இதனுள் வைக்க வேண்டும். இது மிக்க அதிர்ஷ்டம் தரும்.

5. உலோக ஆமை

வீட்டின் வடக்கில் ஒரு கிண்ணத்தில் உலோக ஆமையை நீர் ஊற்றி வைக்க வேண்டும். இது ஊக்க சக்தியையும், வேலைவாய்ப்புகளையும் அதிகரிக்கச்

செய்கிறது. வீட்டின் வடக்கு பகுதி படுக்கையறை யெனில் நீர்கிண்ணமின்றி வெறும் உலோக ஆமையை வைக்கலாம்.

6. அதிஷ்டத்திற்கு டிராகன்

டிராகன் படம் அதிர்ஷ்டத்தையும், அருமையான சக்தியையும் தர வல்லது. மரத்தினால் செய்யப்பட்ட டிராகன் பிரதிமை நல்லது. கிழக்கு திசை நோக்கி வைக்க வேண்டும். மரத்தில் கிடைக்காவிடில் பீங்கான் அல்லது படிகத்தினால் செய்யப்பட்டதும் நன்மை தரும். உலோகத்தினால் செய்யப்பட்ட டிராகன் வேண்டாம். இது உணவு விடுதி, டிபார்ட்மென்டல் ஸ்டோர், கடைகள் போன்றவற்றிற்கு ஏற்றது. படுக்கையறையில் டிராகன் படம் வைக்கக்கூடாது.

7. கரடி படம்

திருஷ்டினால் செல்வம் பறிபோகும். எனவே மற்றவர்களின் பேராசையை போக்க கதவின் அருகே கரடியின் படத்தை மாட்ட வேண்டும். பேராசையை கரடியின் அடையாள குறி கட்டுப்படுத்தும்.

8. நறுமணங்கள்

சில நறுமணங்களுக்கு செல்வத்தை வீட்டினுள் வளர்க்க சக்தியுண்டு. அவை பணவரவு அதிகரிக்கும்.

அதை தக்க வைத்து கொள்ளவும் உதவுகிறது. வளமை வளர மல்லிகை மற்றும் சந்தன மணங்கள் சிறந்தவை.

9. பிரமீடு

இதனை வீட்டினுள் வைத்தால் தீய சக்திகள் உங்களை பாதிக்காது.

10. பாயும் படகு

கப்பலை நம் வீட்டை நோக்கி வைக்க வேண்டும். இதனால் செல்வம் பெருகும்.

11. சார்ம் கார்டு

மணிபர்ஸ், கேஷ் பாக்ஸில் வைக்கவும். பண வரவுக்கு வழி வகுக்கும்.

12. திரிசூலம் ஓம் ஸ்வஸ்திக்

தலைவாசல் கதவில் பொருத்தவும். மணி பர்ஸில் வைத்துக் கொள்ளவும். வேலை செய்யும் மேசை மீது வைக்கவும்.

13. பாகுவா கண்ணாடி

தலை வாசலுக்கு வெளியில் வைக்கவும். தீய சக்திகள் உள்ளே வராமல் தடுக்கும்.

14. கிரிஸ்டல் பால்

வடகிழக்கில் வைக்கவும். படிப்பறையில் வைப்பது நல்லது. இதனால் குழந்தைகள் படிப்பில் முன்னேறுவர்.

15. சூரியன்

இதனை கிழக்கு அல்லது தெற்கு சுவற்றில் மாட்டவும். புகழையும் அதிர்ஷ்டத்தையும் தரவல்லது.

16. லவ் பேர்ட்ஸ்

குடும்பத்தில் மகிழ்ச்சியை தரவல்லது. தென்மேற்கு திசையில் வைக்கவும்.

17. ஜோடி வாத்து

திருமணம் கூடி வரும். வீட்டில் ஒற்றுமை உண்டாகும். தென்மேற்கு திசையில் படுக்கை அறையில் வைக்கவும்.

18. மூங்கில் மரம்

கிழக்கு (அல்லது) தென்கிழக்கில் வைக்கவும். நல்ல செல்வத்தையும், ஆரோக்கியத்தையும் அளிக்கவல்லது.

19. குதிரை

1 or 8 குதிரைகள் தெற்கு திசையில் வைக்கவும். இது நல்ல புகழையும், வாழ்க்கையில் வளமையும் தரும்.

20. கிரிஸ்டல் திராட்சை

தலைவாசல் படியில் தொங்கவிடவும். அலுவலகங்களிலும், கடைகளிலும் தொங்க விடுவதால் அதிக வாடிக்கையாளர்களையும், புகழையும் தரும்.

21. பசு

இதனை வடமேற்கில் வைக்கவும். மேஜை மேல் வைக்கவும். பணத்தையும் அதிர்ஷ்டத்தையும் தரும்.

22. நாய் பொம்மை

இதனை வெளிப்புற தலைவாசலில் வைக்கவும். தலை வாசலுக்கு வெளியில் வைக்கவும். இதனால் தீய சக்திகளை உள்ளே வராது பாதுகாக்கும்.

23. குழல் மணிகள்

வீட்டில் குழல் மணிகள் காற்றினால் அசையும் போது வீட்டிற்கு ஓர் அற்புத சக்தியை தருகின்றது. ஆறு குழல்கள் உடைய குழல் மணி தொங்க விடுவதற்கு

உகந்த இடம் வரவேற்பறையின் வடமேற்கு மூலையாகும. விஷ அம்பை திசை திருப்ப வேண்டுமானால் 5 குழல்கள் உள்ள குழல்மணியை பயன்படுத்த வேண்டும். 7 குழல்கள் உள்ள குழல்மணியை வீட்டின் மேற்கு பகுதியில் தொங்கவிடலாம். குழல்மணியை எங்கு வேண்டுமானாலும் தொங்கவிட கூடாது.

24. மூன்று மணிகள்

தலை வாசல் கதவின் வெளிப்புறம் மாட்டவும். இது அதிர்ஷ்டத்தை தரவல்லது. வீட்டில் பணப்புழக்கம் அதிகம் உண்டாகும்.

25. ஐந்து குழல் மணிகள்

வசிக்கும் அறையில் (நுழைவாயிலுக்கருகில்) தென்கிழக்கு மூலையில் தொங்கவிடவும். இதனால் சக்திகள் கிடைக்கும். பண வருவாய் மிகும்.

26. ஆறு குழல் மணிகள்

வடமேற்கு மூலையில் வைக்கவும். நல்ல வேலை கிடைக்கும்.

27. ஏழு குழல் மணிகள்

மேற்கு திசையில் தொங்க விடவும். குழந்தைகளுக்கு அதிர்ஷ்டம் தரும்.

28. எட்டு குழல் மணிகள்

வடகிழக்கு மூலையில் தொங்கவிடவும். நல்ல அறிவு தரும்.

29. கண்ணாடி

படுக்கையறையில் திறந்த நிலையில் வைக்கவேண்டாம்.

30. Telehone - Fax தொலைபேசி / பேக்ஸ்

வடமேற்கு திசையில் வைக்கவும்.

31. தண்ணீர்

தண்ணீர்ர வலது பக்கம் தலைவாசலுக்கு அருகில் வைக்கவும்.

32. உட்காருமிடம்

சுவரைப் பார்த்து உட்காரக்கூடாது. தலை வாசலுக்கு அருகில் கதவைப் பார்த்து உட்காரவும்.

33. ஓம் மணிசத்தம், காயத்ரி மந்திரம்

வீட்டில் இதனை இசைப்பதால் தீய சக்திகள் உள்ளே வராமல் தடுக்கும்.

34. செல்லப் பிராணிகள்

வீட்டில் வளர்க்கும் செல்லப் பிராணிகள் வளரும் சக்திகளை உற்பத்தி செய்ய கூடியவை. அதனால் நாம் ஓய்வு எடுத்துக் கொள்ளும்போதும் அவை ஓடியாடி விளையாடுவதனால் வீட்டின் சக்தியின் ஓட்டம் தேங்காமல் சீராக இருக்கும்.

35. அசையும் பொருட்கள்

நம் சுற்றுப்புறத்தில் அசையும் பொருட்கள் இருப்பது அதிஷ்டத்தை கொடுக்கும். கொடிகள், காற்றாடிகள் இலைகள், அசையும் துணிகள் நற்சக்தியை பரப்பும்.

6. முக்கிய குறிப்புகள்

1. அவுட்ஹவுஸ், கொட்டகை, குளியலறை, கழிப்பிடம் முதலியன அமைப்பதாயின் தெற்கு (அ) மேற்கு பகுதியில் அமைக்கவும். எக்காரணமும் கொண்டும் வடக்கு (அ) கிழக்கில் அமைக்க வேண்டாம். (குளியலறை தவிர

2. சாப்பிடும் போதும், தேனீர் அருந்தும் போதும் உரையாடல் செய்யும் போதும் கிழக்கு திசை நோக்கியோ வடக்கு திசை நோக்கியோ இருக்கைகள் அமைத்து கொண்டு பேச வேண்டும்.

3. பிறருக்கு பணம் பொருள் தரும்போது வடக்கு (அ) கிழக்கு நோக்கி இருந்து தர வேண்டும்.

4. வீட்டில் தொலைக்காட்சி பெட்டியை தென்கிழக்கு பகுதியில் (அ) தென்மேற்கு, வடமேற்கு பகுதியில் வைத்து நிகழ்ச்சிகைள பார்க்க வேண்டும்.

5. வீட்டில் துணி துவைக்கும் கல் தெற்கு மத்தியப் பகுதி மேற்கு மத்தியப் பகுதி, தென்மேற்கு, வடமேற்கு, தென்கிழக்கு ஆகிய திசைகளில் அமைகக்வும். வடக்கு (அ) கிழக்கு பகுதி சரிவு இருக்குமாறு அமைக்கவும்.

6. கிழக்கு, வடக்கு, வடகிழக்கு, திசையில் குப்பை சாணிக்குவியல் இருப்பின் செல்வம் குறையும்.

7. வீட்டின் தென்மேற்கு பகுதியில் குடியிருப்போர் பிடிவாத குணம் கொண்டவராக இருப்பர்.

8. மேற்கு பார்த்த வீட்டிற்கு கிழக்கில் உயரமான வீடு இருக்கக்கூடாது.

9. உபயோகமற்ற பொருட்களை வீட்டில் சேர்த்து வைக்க வேண்டாம்.

10. வீட்டில் வன்முறையை தூண்டும் படங்களை வைக்க வேண்டாம்.

    (உ.ம்.) மகாபாரத போர்க்காட்சி
    புலி மானை அடிப்பது.

11. வீட்டின் நீள அகலத்திற்கு ஏற்ற விகிதத்தில் நுழைவாயில் அமையவேண்டும். அதே போல் உயரமும் கட்டிடத்தின் உயரத்திற்கு ஏற்ற விகிதத்தில் அமைய வேண்டும்.

12. எடை மிகுந்த பர்னிச்சர்கள் புத்தக அலமாரி போன்றவற்றை தெற்கு (அ) மேற்கு சுவற்றில் அமைக்க வேண்டும்.

13. எந்த அறையிலும் வடகிழக்கு பகுதியில் அழுக்கு துணி, துடைப்பம், நாற்காலி போன்ற பொருட்களை வைக்க வேண்டும்.

14. எப்போதும் சப்தம் போடும் பூனை, புறா போன்றவற்றை வளர்க்கக் கூடாது.

15. வீட்டிற்கு பெயர் வைக்க மங்களகரமான பெயரை தேர்ந்தெடுங்கள்.

16. திருமணம் ஆக வேண்டிய பெண்கள் வடமேற்கில் படுத்தால் விரைவில் திருமணம் நடைபெறும்.

17. கிழக்கு பார்த்த கடையில் காசாளர் தென் கிழக்கில், வடக்கு நோக்கி அமரவேண்டும். இடது பக்கம் கல்லாப்பெட்டி வைக்கவும்.

18. தெற்கு பார்த்த கடையில் காசாளர் தென்மேற்கு மூலையில் கிழக்கு நோக்கி அமரவும். கல்லாப்பெட்டியை வலது பக்கத்தில் வைக்கவும்.

19. மேற்கு பார்த்த கடையில் காசாளர் தென்மேற்கு மூலையில் வடக்கு நோக்கி அமர வேண்டும். கல்லாப்பெட்டியை இடது பக்கம் வைக்கவும்.

20. வடக்கு பார்த்த கடையில் காசாளர் வடமேற்கு மூலையில் கிழக்கு பார்த்து அமரவும், கல்லாப்பெட்டியை இடது பக்கம் வைக்கவும்.

21. பகலில் சூரிய ஒளியும், இரவில் சந்திர ஒளியும் படாத வீட்டில் தீராத நோய்கள் உண்டாகும்.

22. வடக்கு திசையில் மற்ற பகுதிகளை விட இடைவெளி மிகுந்திருந்தால் செல்வம் பெருகும். சந்ததி உண்டாகும்.

23. தென்கிழக்கு, தென்மேற்கு பகுதியில் மழை நீரோ, கழிவுநீரோ இருக்குமாயின் இல்லத்தில்

உள்ள பெண்களுக்கு பித்த சம்பந்தப்பட்ட (அ) இன்ப உறுப்பை சேர்ந்த நோயால் துன்புறுவர்.

24. ஏ.சி. அமைப்பதாயின் வடகிழக்கில் அமைக்க வேண்டாம்.

25. உங்கள் ஜாதகத்தில் நான்காம் அதிபதியின் தசையிலோ அவருடன் சம்பந்தப்பட்டவரின் தசையிலோ வீடு கட்ட தொடங்கினால் தடையின்றி விரைவாக வீடு கட்டி முடிப்பர்.

26. மேற்கில், ஏரி, குளம், முதலியன இருந்தால் அவ்வீட்டில் உள்ள பெண்களுக்கு ஆணவம் உண்டாகும்.

27. மேற்கு பகுதியில் கழிவுநீர், மழைநீர் வெளியேறினால் சத்ரு தொல்லைகள் உண்டாகும்.

28. தெற்கு பகுதியில் கழிவு நீர், மழைநீர் வெளியேறினால் குடும்பத்தில் பலவித தீமைகள் உண்டாகும்.

29. தெற்கு பகுதி உயரமாக இருப்பின் குடும்பத்தில் நன்மை உண்டாகும். கிழக்கு பகுதியில் கற்குவியல், மண்மேடு இருப்பின் வீட்டு குழந்தைகளுக்கு கெடுதி.

30. வீட்டின் வடகிழக்கு பகுதி மேடாக இருப்பின் பலவிதமான கஷ்டங்கள் உண்டாகும். பள்ளமாக இருப்பின் செல்வ விருத்தி உண்டாகும்.

31. வீட்டில் உள்ள எந்த குழாயிலும் நீர் சொட்டிக் கொண்டு இருக்கக் கூடாது.

32. மேசை மீது பொருட்கள் தாறுமாறாக வைக்க வேண்டாம்.

33. நீர்நிலைக்கு மேல் கட்டிடம் கட்டக் கூடாது. (கிணறு, அடிநிலை நீர் தேக்கத் தொட்டி)

34. ஒரு வீட்டில் குடிபோகும் முன்பு அவ்வீட்டில் இருந்தவர் ஏன் அவ்வீட்டை விட்டு சென்றார் என்பதை அறியவும். சிறிது கசப்பான விஷயமானாலும் குடிபோக வேண்டாம்.

35. குப்பையை எப்போதும் சேர்த்து வைக்க வேண்டாம்.

36. சமைக்கப்படும் பாத்திரங்கள் சுத்தமாக இருக்க வேண்டும்.

37. நாம் பயன்படுத்தும் அடுப்பு சுத்தமாக இருக்க வேண்டும்.

38. மனை (அ) வீடு வடகிழக்கு பகுதியில் வெட்டு ஏதும் இருக்கக்கூடாது.

39. சமையல் அறை சுத்தமாக இருக்க வேண்டும். பாத்திரங்களை உடனுக்குடன் கழுவி சுத்தப்படுத்தவும்.

40. நடை பாதையில் செடிகளின் வளர்ச்சி இருக்கக்கூடாது. அதனை கட்டுப் படுத்தி

ஒழுங்கு படுத்துங்கள். கண்ணாடி, படிக கற்களை ஜன்னல்களில் தொங்கவிடலாம்.

41. வீட்டில் மொட்டை மாடி (அ) தோட்டத்தில் பறவைகள் நீரருந்த நீர்நிலைகளை உருவாக்கவும்.

42. வெளிச்சம் உள்ள தெருவில் வசிக்க வேண்டும்.

43. துவைத்த ஆடைகளை பொழுதுசாய்ந்த பின் காயவிடக்கூடாது.

44. அலுவலகங்களில் கதவுக்கு நேர் மேசை வைக்கக் கூடாது. சற்று தள்ளி இருக்க வேண்டும்.

45. உட் கூரைக்கும் வெளிர் நிறங்களை மட்டுமே உபயோகிக்கவும்.

46. பகல் நேரத்தில் ஜன்னல்களைத் திறந்து வைக்கவும்.

47. பழைய பொருட்களை வாங்கும் போது அவர்கள் எந்த நோக்கத்தோடு விற்கிறார்கள் என்று அறியவும். மிகுந்த கஷ்டத்தில் ஒருவன் விற்கும் பொருள் நன்மை தராது.

48. வீட்டில் திடீரென பணக்கஷ்டம் வந்தால் வீட்டின் ஜன்னல்களில் கல்உப்பு வெள்ளை பீங்கான் பாத்திரத்தில் வைக்கவும்.

49. உபயோகித்த துணிகளை ஆங்காங்கே சிதறியபடி இருக்கக்கூடாது. ஒரு கூடையில் வைத்து மூடி வைக்கவும்.

50. மேசைக்கு கீழ் குப்பை தொட்டியை வைக்க வேண்டாம்.

51. மாமரம் வெட்டக்கூடாது. மாவிலை இல்லாமல் நாம் ஒரு சுபகாரியமும் செய்வதில்லை. அது மகாலட்சுமியின் கடாட்சம் ஆகும்.

52. பாம்பு, ஆமை முதலியன வீட்டில் புகுந்து கொண்டால் அவற்றை பிடித்து கொல்வது (அ) உயிருடன் கொளுத்துவது தவறு. அதனை பாதுகாப்பான இடத்தில் விடுவதே நல்லது.

53. கெட்ட சகுனங்கள் தேவதைகளால் நமக்கு எச்சரிக்கை தருகின்றன. அவற்றை பழிப்பதோ (அ) தீமை செய்வதோ கூடாது.

54. வாடகை வீட்டில் இருந்து கொண்டு வாடகை தராமல் இருப்பது தர்மத்திற்கு மாறானது. இதன் பலனாக அந்த இல்லத்தின் உள்ளவர் பின்னால் கஷ்டப்பட வேண்டிவரும்.

55. வீட்டில் காற்றோட்டம், வெளிச்சம், மழைநீர் வர ஏதுவாக இருக்க வேண்டும்.

56. வீட்டில் இரத்தம் படுவது நல்லதல்ல. ஆடு, கோழி போன்றவற்றை வீட்டில் அறுத்து புசிப்பது நல்லதல்ல.

57. வீட்டில் சாதாரண வேளையில் காகம் நிலத்தை கொத்தினாலும், பசு ஓரிடத்தில் அடிக்கடி முகர்ந்து பார்த்தாலும் அவ்விடத்தில் புதையல் இருக்கும்.

58. பரணி, கிருத்திகை, ஆயில்யம், விசாகம், பூரம், பூராடம், பூரட்டாதி, மூலம், மகம் இவ்வொன்பதும் கீழ்நோக்கிய நாள். கிணறு, குளம், பள்ளம் தோண்ட ஏற்றது.

59. திருவோணம், திருவாதிரை, பூசம், ரோகினி, உத்திரம், உத்திரட்டாதி, சதயம், அவிட்டம், இவைவொன்பதும் மேல்நோக்கிய நாள். இவை மேல்நோக்கிய பயிர்களுக்கு ஏற்றது. சுபகாரியங்களுக்கும் ஏற்றது.

60. சுவாதி, சித்திரை, அஸ்வினி, மிருகசீரிஷம், அஸ்தம், அனுஷம், ரேவதி, புனர்பூசம், கேட்டை இவ்வொன்பதும் பக்கநோக்கு நாள். கால்நடைகள், பறவைகள் வாங்கவும், கொடி வகைகள் பயிர் செய்யவும், ஏற்றம் இறைத்து உழுதல், விதைத்தல், மேய்தல், வாசற்கால் வைக்க, யாத்திரை செய்ய உத்தமம்.

61. சுக்கிரன் முன்புறம் (எதிரே) இருக்கும்போது மனை கோலின், வீட்டுக்குரியவனுக்கு கெடுதி. சுக்கிரன் பின்னாலிருக்கும் போது எல்லா இடையூறுகளும் நீங்கி மனைவி, மக்களோடு கூடி வாழ்வார்.

62. கார்த்திகை - உத்திரம் - உத்திராடம் இம்மூன்றும் காலற்ற நாட்கள்.

63. மிருக சீரிஷம், சித்திரை, அவிட்டம் இம்மூன்றும உடலற்ற நாட்கள்.

64. புனர்பூசம், விசாகம், பூரட்டாதி இம்மூன்றும் தலையற்ற நாட்கள்.

65. இவ்வொன்பது நட்சத்திரங்கள் உள்ள நாட்களில் மனைவியைப் கூடில் மலடாவாள், மாடமாளிகை கட்டினும் அம்மனை பாழாகும், யாத்திரை செய்தால் ஆபத்து நேரிடும்.

66. கரிநாள், தனியநாள், காலற்ற நாள், உடலற்ற நாள், தலையற்ற நாள், ஜன்ம நட்சத்திரம், செவ்வாய், சனி கிழமைகள், இராகு காலம், எமகண்டம், பிரதமை, அஷ்டமி, நவமி, போன்று நாட்கள் மனை கோல ஆகாது.

67. வீட்டின் மொத்த அறையிலும் சரி, அளவிலும் சரி வடகிழக்கு பகுதிதான் முக்கியமானது.

68. வடகிழக்கில் மட்டுமே சிங்க் (Sink) வைக்கவும். ஷெல்ப் வைக்கக் கூடாது.

69. வடகிழக்கு பூஜை அறை அமைக்க ஏற்ற பகுதி.

70. வீட்டின் முன்வாசல் வழியாக உள்ளே செல்லலாம். பின்வாசல் வழியாக வெளியே செல்வது அல்லது உள்ளே வருவது குடும்ப தலைவனின் சொத்துக்கள் அழியும்.

71. உப்பு நீரால் வீட்டை சுத்தப்படுத்தவும். இதனால் வீடு மங்களகரமாகும்.

72. வீட்டிலிருப்பவர்களுடன் நல்லுறவும், மனைவி யுடனும் காதல் உறவும் ஏற்பட படிகக் கோளங்கள் வைப்பது நல்லது.

7. படங்கள்

1. கிரகங்களும் திசைகளும்

நமது வீட்டில் நவக்கிரஹங்கள் அஷ்டதிக் பாலர்களும் குடியிருக்கின்றனர். இதனை பின்வரும் படத்தில் அறியலாம்.

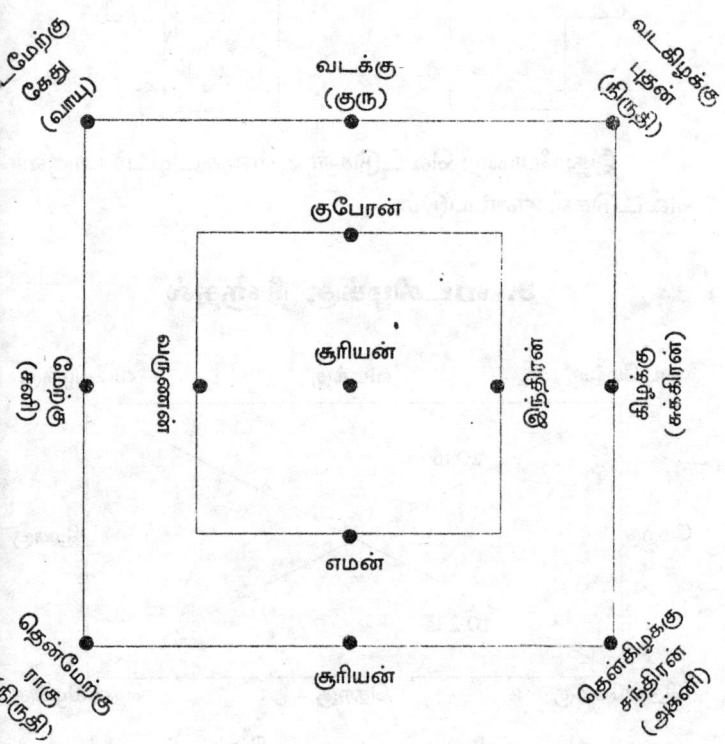

2. பாகுவா வெட்டுகள்

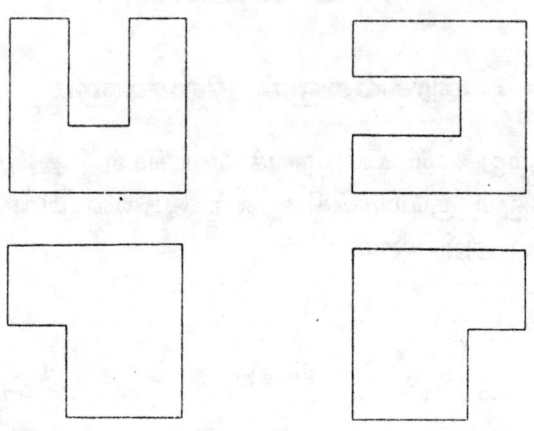

இது போன்ற வெட்டுகள் உள்ள கட்டிடம் பாகுவா வெட்டுகள் எனப்படும்.

3. வடகிழக்கு நீளுதல்

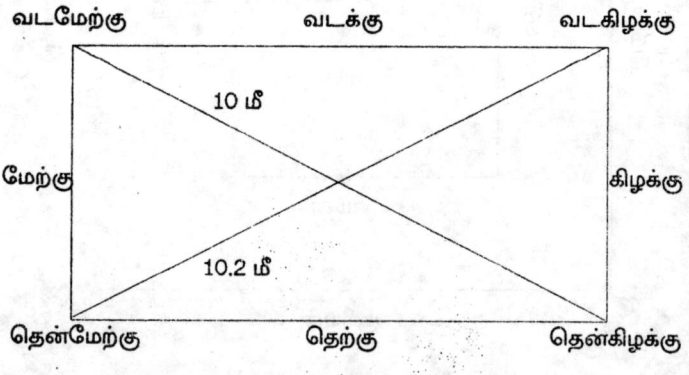

வடகிழக்கு நீண்ட மனை அதிர்ஷ்டம் த்ரும்.

4. பாகுவா வெட்டுகளினால் ஏற்படும் பாதிப்புகள்

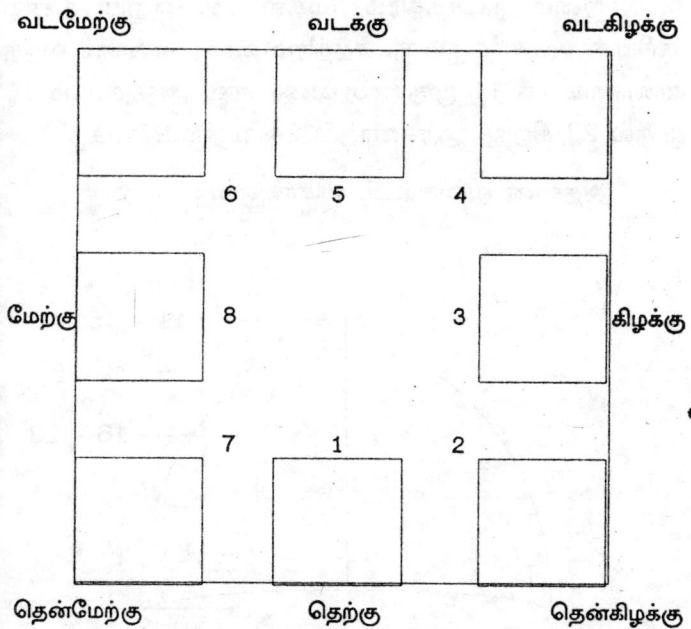

1. தெற்கு - தொழில் பாதிப்படையும்
2. தென்கிழக்கு - உதவிகள் மறுக்கப்படலாம்
3. கிழக்கு - குழந்தைகளுக்கு பாதிப்பு
4. வடகிழக்கு - திருமணம் தடைகள்
5. வடக்கு - கீர்த்தி குறையும்
6. வடமேற்கு - நிதி பற்றாக்குறை
7. மேற்கு - குடும்ப முன்னேற்றக் குறைவு
8. தென்மேற்கு - அறிவு மந்தம்

5. பதவி ஏற்க நல்ல நாள்

ஜன்ம நட்சத்திரம் முதல் அன்றைய தினம் சூரியன் சஞ்சரிக்கும் நட்சத்திரம் வரை எண்ணி வந்த எண்ணிக்கை 11 முதல் 5 வரை ராஜ அனுகூலம் 16 முதல் 23 சிறந்த அரசனாதல் 24 முதல் 27 புகழ்

இதனை வரைபடம் விளங்கும்.

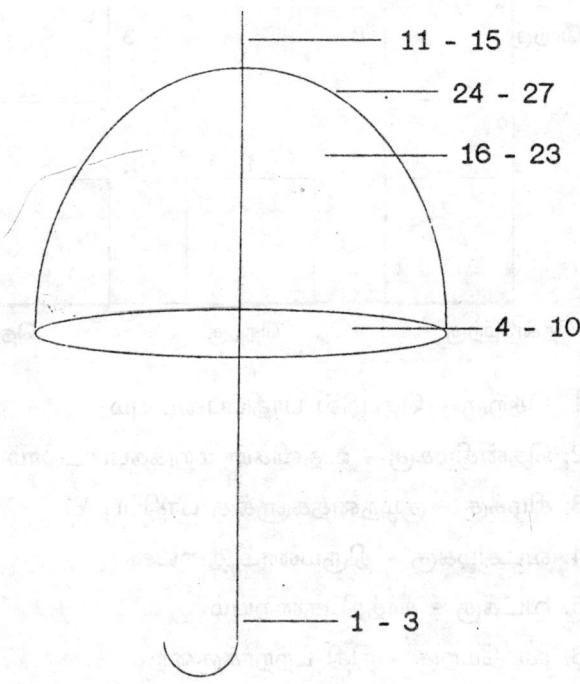

6. உச்சம் மற்றும் நீசம்

வாசற்படி வைப்பவர்கள் உச்ச பாகத்தில் வாசற்படி வைப்பது நல்லது. உச்ச, நீச பகுதிகளை பின்வரும் வரைபடம் விளங்கும்.

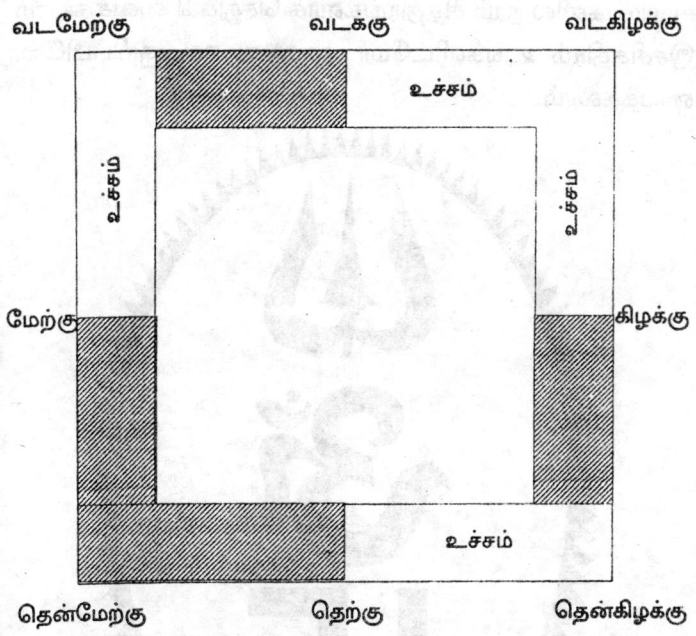

7. புனித அடையாளகுறிகளை காட்சிக்கு வைத்தல்

'ஸ்வஸ்திக்' 'ஓம்' போன்ற புனித நற்குறிகளை கண்ணில் தெரியும்படி வைக்கலாம். இவை மிகுந்த அதிஷ்டத்தை குறிப்பவை. நல்ல எழுத்துக்களையோ, நல்ல குறிகளையோ மேசை, நாற்காலி போன்ற மரச் சாமான்களில் நாம் சித்திரங்களாக செதுக்கி வைக்கலாம். இச்சித்திரம் உங்களிடமோ அல்லது நாட்குறிப்பிலோ வைக்கலாம்.